KINH
PHÁP BẢO ĐÀN

KINH PHÁP BẢO ĐÀN

ĐOÀN TRUNG CÒN
NGUYỄN MINH TIẾN
Việt dịch và chú giải

Copyright © 2019 by United Buddhist Publisher (UBP)
ISBN-13: 978-1-0919-3275-3
ISBN-10: 1-0919-3275-1

© All rights reserved. No part of this book may be reproduced by any means without prior written permission from the publisher.

ĐOÀN TRUNG CÒN
NGUYỄN MINH TIẾN
Việt dịch và chú giải

KINH PHÁP BẢO ĐÀN

法寶壇經

NHÀ XUẤT BẢN LIÊN PHẬT HỘI
UNITED BUDDHIST PUBLISHER (UBP)

NỘI DUNG

Lược Tự	7
Bài Tựa Kinh Pháp Bảo Đàn	13
Phẩm Hành Do	20
Nguyên Do Hành Trạng	38
Phẩm Bát-nhã	50
Bát-nhã	67
Phẩm Nghi Vấn	77
Nghi Vấn	86
Phẩm Định Tuệ	91
Định Và Tuệ	96
Phẩm Tọa Thiền	100
Ngồi Thiền	103
Phẩm Sám Hối	105
Sám Hối	118
Phẩm Cơ Duyên	127
Cơ Duyên	162
Phẩm Đốn Tiệm	184
Pháp Đốn Và Tiệm	199
Phẩm Hộ Pháp	208
Ủng Hộ Phật Pháp	213
Phẩm Phó Chúc	217
Dặn Dò	238
Phụ Lục: Chuyện Kể Của Người Giữ Tháp	251

LƯỢC TỰ

(Nguyên văn chữ Hán của sa môn Thích Pháp Hải soạn vào đời nhà Đường)

Đại Sư tên Huệ Năng, cha họ Lư, tên húy là Hành Thao. Mẹ ngài họ Lý, sanh ra ngài vào giờ Tý, ngày mùng tám tháng hai năm Mậu Tuất, niên hiệu Trinh Quán thứ 12.[1] Khi ấy, hào quang chiếu sáng lên không trung, mùi hương lạ tỏa lan đầy nhà. Đến tảng sáng, có hai vị tăng lạ mặt đến viếng, nói với cha ngài rằng: "Khuya nay ông vừa sanh quý tử, chúng tôi đến đây để đặt tên cho cháu bé. Ông nên đặt trước chữ Huệ (惠), sau chữ Năng (能)."

Người cha hỏi: "Vì sao đặt tên là Huệ Năng?" Hai vị tăng đáp: "Huệ, nghĩa là đem Pháp mà bố thí cho chúng sanh; Năng, nghĩa là đủ sức làm nên Phật sự."

Hai người nói rồi ra đi, chẳng biết đi đâu.

Sư không dùng sữa mẹ, đêm đêm có thần nhân nuôi bằng nước cam-lộ.[2]

Khi lớn lên, tuổi vừa hai mươi bốn, Ngài nghe kinh Kim Cang mà ngộ đạo, liền đến núi Hoàng Mai[3] cầu đạo, được Ngũ Tổ nhận cho là được. Ngũ Tổ xem trọng chỗ chứng ngộ

---

[1] Tức là năm 638, đời Đường Thái Tông.
[2] Nước ngọt và thơm của các vị tiên nhân, tương truyền là có thể giúp người được sống lâu, không bệnh tật.
[3] Tại phía tây bắc huyện Hoàng Mai, tỉnh Hồ Bắc ngày nay, là nơi Ngũ Tổ Hoằng Nhẫn đang giảng pháp.

của ngài, trao y bát[1] và truyền pháp, cho kế tục làm Tổ thứ sáu. Lúc ấy là năm đầu niên hiệu Long Sóc.[2]

Ngài về phương Nam ẩn náu trong 16 năm, mang hình tướng của người thế tục. Qua năm đầu niên hiệu Nghi Phụng,[3] nhằm ngày mùng tám tháng giêng, Ngài gặp pháp sư Ấn Tông cùng luận bàn những ý nghĩa cao siêu huyền diệu. Ấn Tông tỉnh ngộ, hợp với ý Ngài. Ngày rằm tháng ấy, pháp sư Ấn Tông nhóm họp bốn chúng,[4] làm lễ xuống tóc cho Ngài. Ngày mùng tám tháng hai, Pháp sư lại nhóm họp các vị danh đức, làm lễ truyền giới cụ túc.[5] Các vị truyền giới có ngài Trí Quang Luật sư ở Tây Kinh (Trường An) làm Thọ giới sư, ngài Huệ Tĩnh Luật sư ở Tô Châu làm Yết-ma, ngài Thông Ứng Luật sư ở Kinh Châu làm Giáo Thọ, ngài Kỳ-đa-la Luật sư ở Trung Thiên Trúc[6] làm Thuyết Giới, ngài Mật-đa Tam Tạng ở nước Tây Trúc[7] làm Chứng Giới.

Giới đàn này là do ngài Cầu-na Bạt-đà-la Tam Tạng hồi triều Lưu Tống[8] sáng lập, có dựng bia đề rằng: "Sau này sẽ có vị Bồ Tát hiện thân người phàm[9] mà thọ giới nơi đây." Lại nữa, năm đầu niên hiệu Thiên Giám nhà Lương,[10] Pháp sư

---

[1] Y bát là áo mặc và bình bát để đựng cơm của người tu hành. Thiền tông lấy y bát làm biểu hiện cho sự nối pháp giữa thầy và trò. Y bát ngày xưa được chính đức Phật truyền lại cho ngài Ca-diếp làm Tổ thứ nhất ở Ấn Độ. Đến Bồ-đề Đạt-ma là Tổ thứ 28 thì sang Trung Hoa mà làm Tổ thứ nhất của Thiền tông Trung Hoa, rồi truyền đến Lục Tổ là đời thứ 6 thì thôi không truyền nữa.

[2] Tức là năm 661, Tân Dậu, nhằm đời vua Đường Cao Tông.

[3] Tức là năm 676, Bính Tý, cũng đời vua Cao Tông nhưng sửa đổi niên hiệu.

[4] Xuất gia hai chúng : tỳ-kheo, tỳ-kheo ni; tại gia hai chúng : cư sĩ nam, cư sĩ nữ.

[5] Là 250 giới của vị tỳ-kheo.

[6] Trung Thiên Trúc tức là miền Trung Ấn Độ.

[7] Tây Trúc cũng là một tên gọi khác của Ấn Độ.

[8] Tức vua Tống Lưu Dụ (420 - 478).

[9] Nguyên văn là "nhục thân Bồ Tát"

[10] Tức là năm 502, đời vua Lương Võ Đế.

Trí Dược từ nước Tây Trúc vượt biển sang đây, mang theo một cây Bồ-đề bên xứ ấy mà trồng kế bên đàn này, cũng nói rằng: "Về sau, khoảng 170 năm nữa,[1] sẽ có vị Bồ Tát hiện thân người phàm mà khai diễn pháp Thượng thừa[2] dưới cội cây này, độ cho vô số chúng sanh, là vị Pháp chủ chân truyền tâm ấn của Phật vậy."

Trong pháp hội này, Ngài chính thức cạo bỏ râu tóc, thọ giới tỳ-kheo, vì bốn chúng mà khai thị pháp Đại thừa Đốn giáo,[3] mọi việc đều y như những lời dự báo từ trước.

Mùa xuân năm sau, Ngài từ giã bốn chúng mà về chùa Bảo Lâm ở Tào Khê. Pháp sư Ấn Tông và cả hai giới tăng tục theo tiễn chân có tới trên ngàn người, thẳng đến tận Tào Khê. Khi ấy, Luật sư Thông Ứng ở Kinh Châu với vài trăm người tu học cùng về nương theo Ngài. Ngài đến Bảo Lâm, Tào Khê, thấy nhà cửa thấp hẹp, chẳng đủ cho bốn chúng ăn ở. Muốn mở rộng ra, Ngài liền đến gặp một người trong làng là Trần Á Tiên mà nói rằng: "Lão tăng muốn đến thí chủ,[4] cầu xin một chỗ đất để trải cái tọa cụ,[5] không biết có được chăng?" Á Tiên hỏi: "Tọa cụ của Hòa thượng rộng chừng nào?" Tổ Sư đưa tọa cụ ra cho xem. Á Tiên đồng ý. Tổ Sư lấy tọa cụ giũ ra một cái, tỏa rộng phủ hết cả vùng Tào Khê, có bốn vị thiên vương hiện thân ngồi nơi bốn góc. Ngày nay, ở cảnh chùa ấy có núi Thiên Vương, là nhân chuyện này mà đặt tên. Á Tiên nhìn thấy liền nói: "Nay tôi được biết pháp lực của hòa thượng thật là rộng lớn; có điều, mồ mả tổ tiên nhà

---

[1] Thời gian tiên đoán này là từ năm 502, ứng đến năm 676 quả đúng như thật.

[2] Pháp Thượng thừa, tức là pháp Đại thừa. Ở đây chỉ cho pháp môn Đốn ngộ mà Lục Tổ về sau xiển dương.

[3] Nguyên văn là "giáo ngoại biệt truyền", tức là Pháp chỉ truyền riêng bên ngoài phần văn tự của kinh điển.

[4] Thí chủ: người đem tài vật mà bố thí cho kẻ khác. Thường dùng để chỉ những người cúng dường cho Tam Bảo, có nơi cũng gọi là đàn việt.

[5] Tấm vải nhỏ may lại dùng để ngồi thiền, thầy tăng đi đâu cũng mang theo.

tôi từ trước đến nay đều ở tại đất này. Nếu về sau có cất chùa dựng tháp, xin đừng hủy hoại, còn ngoài ra xin cúng dường cả để mãi mãi dùng làm ngôi Tam Bảo. Nhưng đất này là mạch đến của sanh long, bạch tượng,[1] chỉ có thể làm bằng bên trên chứ không nên làm bằng phía dưới."[2] Theo lời Á Tiên, mọi sự kiến thiết, xây dựng về sau đều tuân thủ như vậy.

Một hôm, Tổ Sư đi dạo chơi đến một chỗ cảnh vật tốt tươi, có suối nước, non cao, liền dừng nghỉ lại đó, bèn thành một nơi lan-nhã,[3] có cả thảy 13 cảnh như vậy, ngày nay gọi là Hoa Quả Viện. Còn tên gọi đạo tràng Bảo Lâm là do trước đây ngài Trí Dược Tam Tạng nước Tây Trúc, khi từ Nam hải qua cửa Tào Khê, lấy tay vốc nước mà uống thấy thơm và ngon, lấy làm lạ mà bảo môn đồ của mình rằng: "Nước này với nước bên Tây Thiên[4] không khác gì. Trên nguồn suối này ắt có thắng địa, cất chùa lên rất tốt". Liền lần theo dòng suối mà đi lên nguồn, thấy bốn bề non nước quanh co, đèo động tốt lạ, khen rằng: "Thật không khác gì núi Bảo Lâm bên Tây Thiên!" Liền nói với cư dân thôn Tào Hầu rằng: "Nơi đây nên cất một ngôi chùa. Sau này chừng một trăm bảy chục năm nữa, sẽ có pháp bảo vô thượng được diễn giảng ở đây, kẻ đắc đạo nhiều vô kể, nên đặt hiệu là Bảo Lâm."[5]

Quan Mục Thiều Châu thuở ấy là Hầu Kính Trung đem lời ấy soạn tờ biểu tâu lên triều đình, nhà vua chuẩn lời xin, ban cho tấm biển đề là Bảo Lâm, bởi đó mà thành một ngôi

---

[1] Chỉ địa thế núi Nam Hoa, cách phía Nam huyện Khúc Giang 60 dặm, chạy dài đến Tào Khê.

[2] Nguyên văn là chỉ nên "bình thiên", không nên "bình địa", nghĩa là cất nhà lựa theo thế núi: hễ cất ở chỗ cao thì làm thấp xuống, cất ở chỗ thấp thì làm cao lên, khiến cho nóc nhà bằng nhau ở phía trên trời; chớ không xẻ núi đánh đá, cho bằng nhau ở phía dưới đất được, vì e hư long mạch của núi.

[3] Lan-nhã, phiên âm tiếng Phạn, viết trọn chữ là A-lan-nhã (Āriṇya), cũng viết : Lan thất, tức là nơi yên vắng, thanh tịnh, chỉ cảnh chùa chiền nói chung.

[4] Tây Thiên, cũng là tên khác chỉ Ấn Độ.

[5] Bảo Lâm: khu rừng quý, ý nói người đắc đạo sẽ nhiều như cây trong rừng vậy.

chùa to lớn. Việc ấy bắt đầu từ năm thứ 3 niên hiệu Thiên Giám.[1]

Trước chùa có một cái hồ lớn, thường có một con rồng nổi lên, thân hình to lớn quấn quanh, làm hại cây cối trong rừng. Một ngày kia, nó hiện hình rất lớn, quẫy đạp sóng dậy tràn lên, mây mưa mù mịt, khiến tăng chúng đều sợ hãi. Tổ Sư ra nạt con rồng rằng: "Ngươi chỉ hiện được hình lớn, chẳng hiện được hình nhỏ. Nếu là rồng thần biến hóa được, lẽ ra nên từ nhỏ thành lớn, từ lớn thành nhỏ được mới phải." Ngài nói xong, con rồng ấy liền lặn ngay xuống, giây lâu hiện lên thân hình rất nhỏ bé, nhảy nhót trên mặt hồ. Tổ Sư mở bình bát ra, hỏi rằng: "Ngươi có dám nhảy vào cái bát của lão tăng đây không?"

Con rồng bèn lượn quanh, rồi chập chờn đến trước Tổ Sư, Ngài lấy cái bát úp lại, con rồng chẳng cựa quậy gì được nữa. Sư liền mang bát trở lên chùa, thuyết pháp với rồng. Rồng bèn thoát xác mà đi, bỏ lại bộ xương dài chừng bảy tấc; đầu, đuôi, sừng, chân đều đủ cả, tương truyền là vẫn để ở cửa chùa. Sau này, Tổ Sư sai lấy đất đá lấp cái hồ ấy, ngày nay ở trước đền, phía bên trái có cây tháp sắt, tức là chỗ đó vậy.

---

[1] Tức là năm 504, đời vua Lương Võ Đế.

BÀI TỰA KINH PHÁP BẢO ĐÀN

六祖大師法寶壇經序
Lục tổ Đại sư Pháp Bảo Đàn Kinh tự

古筠比丘德異撰

Cổ Duân Tỳ-kheo Đức Dị soạn

妙道虛玄不可思議。忘言得旨端可悟明。故世尊分座於多子塔前。拈華於靈山會上。似火與火以心印心。西傳四七至菩提達磨。東來此土直指人心見性成佛。

Diệu đạo hư huyền, bất khả tư nghị, vong ngôn đắc chỉ, đoan khả ngộ minh. Cố, Thế Tôn phân tòa ư Đa Tử tháp tiền, niêm hoa ư Linh Sơn hội thượng, tự hỏa hưng hỏa, dĩ tâm ấn tâm. Tây truyền tứ thất, chí Bồ-đề Đạt-ma, Đông lai thử độ, trực chỉ nhân tâm, kiến tánh thành Phật.

有可大師者。首於言下悟入。末上三拜得髓。受衣紹祖開闡正宗。三傳而至黃梅。會中高僧七百。惟負舂居士。一偈傳衣為六代祖。南遯十餘年。一旦以非風旛動之機。觸開印宗正眼。居士由是祝髮登壇。應跋陀羅懸記。開東山法門。韋使君命海禪者錄其語。目之曰法寶壇經。

Hữu Khả Đại sư giả, thủ ư ngôn hạ ngộ nhập, mạc thượng tam bái đắc tủy, thọ y thiệu Tổ, khai xiển chánh tông. Tam truyền nhi chí Hoàng Mai, hội trung cao tăng thất bá, duy

Phụ Thung cư sĩ, nhất kệ truyền y vi lục đại Tổ. Nam độn thập dư niên, nhất đán dĩ phi phong phan động chi cơ, xúc khai Ấn Tông chánh nhãn, cư sĩ do thị chúc phát đăng đàn, ứng Bạt-đà-la huyền ký, khai Đông Sơn pháp môn. Vi Sứ quân mạng Hải Thiền giả, lục kỳ ngũ mục chi viết Pháp Bảo Đàn Kinh.

大師始於五羊終至曹溪。說法三十七年。霑甘露味入聖超凡者莫記其數。悟佛心宗行解相應為大知識者。名載傳燈。惟南嶽青原執侍最久。盡得無巴鼻。故出馬祖石頭。機智圓明玄風大震。乃有臨濟溈仰曹洞雲門法眼諸公巍然而出。道德超群門庭險峻。啟迪英靈衲子奮志衝關。一門深入五派同源。歷遍鑪錘規模廣大。原其五家綱要盡出壇經。

Đại sư thủy ư Ngũ Dương, chung chí Tào Khê thuyết pháp tam thập thất niên, triêm cam-lộ vị, nhập thánh siêu phàm giả mạc ký kỳ số. Ngộ Phật tâm tông, hành giải tương ưng vi đại tri thức giả, danh tải Truyền Đăng, duy Nam Nhạc, Thanh Nguyên chấp trì tối cửu, tận đắc Vô ba ty, cố xuất Mã Tổ, Thạch Đầu, cơ trí viên minh, huyền phong đại chấn, nãi hữu Lâm Tế, Quy Ngưỡng, Tào Động, Vân Môn, Pháp Nhãn chư công nguy nhiên nhi xuất. Đạo đức siêu quần, môn đình hiểm tuấn, khải địch anh linh nạp tử, phấn chí xung quan, nhất môn thâm nhập, ngũ phái đồng nguyên, lịch biến lô truy, quy mô quảng đại. Nguyên kỳ ngũ gia cương yếu tận xuất Đàn Kinh.

夫壇經者，言簡義豐理明事備，具足諸佛無量法門。一一法門具足無量妙義。一一妙義發揮諸佛無量妙理，即彌勒樓閣中，即普賢毛孔中。善入者，即同善財於一念間圓滿功德。與普賢等與諸佛等。

  Phù Đàn Kinh giả, ngôn giản nghĩa phong, lý minh, sự bị, cụ túc chư Phật vô lượng pháp môn. Nhất nhất pháp môn cụ túc vô lượng diệu nghĩa, nhất nhất diệu nghĩa phát huy chư Phật vô lượng diệu lý, tức Di-lặc lâu các trung, tức Phổ Hiền mao khổng trung. Thiện nhập giả, tức đồng Thiện Tài, ư nhất niệm gian viên mãn công đức, dữ Phổ Hiền đẳng, dữ chư Phật đẳng.

惜乎壇經為後人節略太多。不見六祖大全之旨。德異幼年嘗見古本。自後遍求三十餘載。近得通上人尋到全文。遂刊于吳中休休禪庵。與諸勝士同一受用。

  Tích hồ Đàn Kinh vi hậu nhân tiết lược thái đa, bất kiến Lục Tổ đại toàn chi chỉ. Đức Dị ấu niên thường kiến cổ bản, tự hậu biến cầu tam thập dư tải, cận đắc Thông Thượng nhân tầm đáo toàn văn, toại san vu Ngô trung Hưu Hưu Thiền am, dữ chư thắng sĩ đồng nhất thọ dụng.

惟願開卷舉目直入大圓覺海。續佛祖慧命無窮。斯余志願滿矣。

  Duy nguyện khai quyển cử mục trực nhập Đại Viên giác hải, tục Phật Tổ huệ mạng vô cùng, tư dư chí nguyện mãn hỷ.

至元，二十七年，庚寅歲，中春日

  Chí Nguyên nhị thập thất niên, Canh Dần tuế, Trung Xuân nhật.

比丘德異謹敘

  Tỳ-kheo Đức Dị cẩn tự.

Dịch nghĩa:

1. Đạo mầu nhiệm huyền diệu chẳng thể nghĩ bàn, chỉ kẻ được ý quên lời mới có thể hiểu rõ ràng. Cho nên Thế Tôn phân hai chỗ ngồi ở trước tháp Đa Tử[1] mà mời đức Ca-diếp ngồi. Ngài cầm đóa hoa ở trên hội Linh Sơn đưa ra, duy chỉ có Ca-diếp hiểu ý Ngài, đó cũng như lửa tiếp nối lửa, tâm ấn vào tâm. Đạo Thiền từ phương Tây[2] truyền thừa 28 đời,[3] tới Bồ-đề Đạt-ma qua phương Đông làm Sơ Tổ, chỉ thẳng vào tâm người, thấy tánh thành Phật.[4]

2. Đại sư Huệ Khả[5] nghe pháp của Đạt-ma thì ngộ nhập, sụp lạy ba lạy,[6] đắc đạo thâm sâu như đến tận xương tủy, nhận y bát nối dòng làm Tổ thứ hai, truyền lại mối đạo của Sơ Tổ, mở rộng chánh tông, dần xuống tới Tổ thứ ba là Tăng Xán, Tổ thứ tư là Đạo Tín, Tổ thứ năm là Hoằng Nhẫn.[7] Trong chúng hội theo Ngũ Tổ, số cao tăng cả thảy là bảy trăm, duy có vị cư sĩ Phụ Thung[8] nhân một bài kệ mà được trao y bát làm Tổ đời thứ sáu. Về miền Nam ẩn dật trong mười mấy năm, một ngày kia Tổ Sư gặp pháp sư Ấn Tông, nhân thuyết lý "chẳng phải gió làm động phướn",[9] Tổ Sư mới khai mở chánh kiến cho Ấn Tông. Từ đó, Ngài cắt tóc, lên

---

[1] Tháp Đa Tử tại thành Vương-xá, người ta xây để kỷ niệm một người trưởng giả đông con (30 người con) nhưng bỏ gia đình con cái đi tu, thành Phật Bích Chi.

[2] Ở đây chỉ Ấn Độ.

[3] Từ Tổ Ca-diếp truyền đến Tổ Đạt-ma là 28 đời.

[4] "Trực chỉ nhân tâm, kiến tánh thành Phật". Tánh ở đây là tự tánh, vốn trong sạch không nhiễm ô. Thấy tánh ấy thì thành Phật, là bậc giác ngộ.

[5] Nhị tổ là ngài Huệ Khả.

[6] Ý nói cả ba nghiệp (thân, miệng và ý) đều qui kính.

[7] Ngài Hoằng Nhẫn ở núi Hoàng Mai, nên cũng gọi là tổ Hoàng Mai.

[8] Phụ (負) là mang, vác, gánh nặng. Thung (舂) là nghiền, giã cho nát. Lục tổ Huệ Năng khi mới vào chùa đã từng vác đá, gánh củi, giã gạo... nên nhân đó mà thành tên.

[9] Chuyện có ghi đủ trong Kinh này.

đàn, ứng lời huyền ký của Bạt-đà-la,[1] khai mở pháp môn tại chùa Đông Sơn. Sứ quân họ Vi[2] nhờ Hải Thiền sư[3] sao lục những lời của ngài, lấy tên là Kinh Pháp Bảo Đàn.

3. Đại sư bắt đầu giảng pháp ở thành Ngũ Dương,[4] sau đến Tào Khê,[5] ở đó thuyết pháp trong 37 năm.[6] Những kẻ thấm mùi cam lộ, nhập thánh siêu phàm chẳng biết bao nhiêu mà kể. Những kẻ ngộ Phật tâm tông,[7] việc làm và chỗ hiểu phù hợp với nhau,[8] làm người đại tri thức, tên tuổi được đưa vào Truyền Đăng Lục[9] thời có Nam Nhạc,[10] Thanh Nguyên,[11] truyền lại cho các ngài Mã Tổ,[12] Thạch Đầu,[13] cơ trí viên minh, huyền phong[14] dậy động, lại truyền xuống các vị Lâm Tế,[15] Quy

---

[1] Tức là Cầu-na Bạt-đà-la Tam Tạng. Xem bài Lược tự trước.

[2] Chỉ quan thứ sử Thiều Châu họ Vi, tên Cứ.

[3] Tức Thiền sư Pháp Hải, đệ tử của Lục tổ.

[4] Là tỉnh Quảng Đông ngày nay.

[5] Thuộc phủ Thiều Châu.

[6] Từ niên hiệu Nghi Phụng thứ nhất đời nhà Đường (676), cho đến niên hiệu Tiên Thiên thứ 2 (713).

[7] Tức là Thiền Tông

[8] Hành giải tương ưng, nghĩa là chỗ hiểu biết với chỗ mang ra thực hành đều phù hợp với nhau, không có gì mâu thuẫn.

[9] Bộ sách ba mươi quyển do Ngô Tăng Đạo biên soạn, chép tên 43 vị danh tăng.

[10] Nam Nhạc Hoài Nhượng – 南嶽懷讓 (677-744) Tức Nhượng Thiền sư, hay Hoài Nhượng Thiền sư.

[11] Thanh Nguyên Hành Tư - 青原行思 (660-740) Tức là Tư thiền sư, theo hầu Lục Tổ rất lâu, nhờ vậy đắc trọn pháp "Vô ba tỵ" (nghĩa là không có hình tích, như không có chót mũi có thể nắm được).

[12] Mã Tổ Đạo Nhất, 馬祖道一 (709-788), đệ tử ngài Nam Nhạc Hoài Nhượng.

[13] Thạch Đầu Hy Thiên, 石頭希遷 (700-790), đệ tử ngài Thanh Nguyên Hành Tư. Ngài cất am tại đầu hòn đá nơi phía đông Chùa Hành Sơn.

[14] Phong hóa huyền diệu.

[15] Lâm Tế Nghĩa Huyền 臨濟義玄 (? - 866/867) Tổ khai dòng thiền Lâm Tế, môn đệ xuất sắc nhất của Thiền sư Hoàng Bá Hi Vận.

Ngưỡng,¹ Tào Sơn,² Động Sơn,³ Vân Môn,⁴ Pháp Nhãn⁵ hiển hiện cao vọi, đạo đức tót vời, môn đình cao hiển, mở dẫn anh linh nạp tử,⁶ phấn chí xung động cửa huyền, một cửa vào sâu, năm phái đồng nguồn, trải khắp lò đe,⁷ quy mô rộng lớn. Nguyên cái cương yếu của năm nhà⁸ kể trên đây đều do ở Đàn Kinh mà ra.

4. Đàn Kinh lời giản yếu mà nghĩa rộng trải, lý rõ ràng, việc tường tận, đủ cả vô lượng pháp môn chư Phật; mỗi pháp môn lại đủ cả vô lượng diệu nghĩa; mỗi diệu nghĩa lại phát huy vô lượng diệu lý của chư Phật. Tức là lầu các của đức Di-lặc,⁹ tức là lỗ chân lông của ngài Phổ Hiền.¹⁰ Ai khéo vào, liền đồng với Thiện Tài, trong một giây nghĩ mà có trọn đủ công đức, ngang với Bồ Tát Phổ Hiền, đồng với chư Phật.

5. Tiếc một điều là Đàn Kinh bị người sau lược bỏ quá nhiều, chẳng nêu được ý đại toàn của Lục Tổ. Đức Dị này khi tuổi nhỏ thường được thấy bản văn xưa, từ đó về sau tìm

---

¹ Tức là Quy Sơn Linh Hựu 潙山靈祐 (771-853) và Ngưỡng Sơn Huệ Tịch 仰山慧寂 (807-883), hai vị khai sáng của Quy Ngưỡng Tông.

² Tào Sơn Bản Tịch 曹山本寂 (840-901), Tổ thứ hai của Tông Tào Động.

³ Động Sơn Lương Giới 洞山良价 (807-869), Tổ thứ nhất Tông Tào Động.

⁴ Vân Môn Văn Yển 雲門文偃 (864-949) Thiền sư khai sáng tông Vân Môn. Ngài là đệ tử của Tuyết Phong Nghĩa Tồn và là thầy của nhiều vị đạt đạo như Hương Lâm Trừng Viễn, Động Sơn Thủ Sơ, Ba Lăng Hạo Giám v.v..

⁵ Pháp Nhãn Văn Ích 法眼文益 (885-958) Thiền sư khai sáng tông Pháp Nhãn. Ngài là đệ tử của Thiền sư La Hán Quế Sâm và là thầy của Quốc sư Thiên Thai Đức Thiều với 63 vị đạt đạo khác.

⁶ Nạp tử: người mặc áo vá, chỉ kẻ tu hành nhà Phật.

⁷ Ở đây ví cửa thiền đào luyện nhân tài như lò lửa với búa đe rèn đúc nên dụng cụ.

⁸ Tức là năm tông phái vừa kể: Lâm Tế, Quy Ngưỡng, Tào Động, Vân Môn, Pháp Nhãn.

⁹ Đức Di-lặc mở cửa lầu các tại vườn Đại Trang Nghiêm cho Thiện Tài Đồng tử vào mà nhập đạo.

¹⁰ Phổ Hiền Bồ Tát thị hiện các lỗ chân lông trong cơ thể tỏa ra ánh kim quang, hóa thành vô lượng Phật, Bồ Tát, nhân đó mà tiếp độ chúng sanh.

kiếm khắp nơi hơn ba mươi năm mà chẳng được. Gần đây, nhờ ngài Thông Thượng nhân[1] tìm thấy toàn văn, bèn khắc bản in lại tại Thiền am Hưu Hưu bên nước Ngô, với các vị thắng sĩ[2] cùng nhau sử dụng.

Chỉ ước mong chư vị mở sách này ra, đưa mắt xem liền thẳng đến biển trí tuệ Đại Viên giác, nối với tuệ mạng vô cùng của chư Phật, Tổ. Như vậy là chí nguyện của tôi được viên mãn.

Tháng hai năm Canh Dần
Niên hiệu Chí Nguyên thứ 27[3]
Tỳ-kheo Đức Dị
Kính cẩn đề tựa.

---

[1] Thượng nhân: tiếng tôn xưng người tu hành có đức trí và thắng hạnh.
[2] Danh xưng tôn kính đối với những người nghiêm trì giới luật.
[3] Đời Nguyên Thủy Tổ, năm Canh Dần nhằm vào dương lịch là năm 1290.

❖ **HÁN VĂN**

行由

HÀNH DO

品第一

Phẩm đệ nhất

時，大師至寶林，韶州韋刺史與官僚入山，請師出，於城中大梵寺講堂，為眾開緣說法。師陞座次，刺史，官僚三十餘人，儒宗學士三十餘人，僧尼道俗一千餘人，同時作禮，願聞法要。

Thời, Đại sư chí Bảo Lâm, Thiều Châu Vi Thứ sử dữ quan liêu nhập sơn, thỉnh sư xuất, ư thành trung Đại Phạm tự giảng đường, vị chúng khai duyên thuyết pháp. Sư thăng tọa thứ, Thứ sử, quan liêu tam thập dư nhân; nho tông học sĩ tam thập dư nhân, tăng, ni, đạo, tục nhất thiên dư nhân, đồng thời tác lễ, nguyện văn pháp yếu.

大師告眾曰。善知識。菩提自性本來清淨，但用此心直了成佛。

Đại sư cáo chúng viết: "Thiện tri thức! Bồ-đề tự tánh bản lai thanh tịnh, đãn dụng thử tâm, trực liễu thành Phật.

善知識。且聽惠能行由得法事意。惠能嚴父

本貫范陽，左降流于嶺南，作新州百姓。此身不幸，父又早亡，老母孤遺。移來南海，艱辛貧乏，於市賣柴。

"Thiện tri thức! Thả thính Huệ Năng hành do đắc Pháp sự ý. Huệ Năng nghiêm phụ bản quán Phạm Dương, tả giáng lưu ư Lãnh Nam, tác Tân Châu bá tánh. Thử thân bất hạnh, phụ hựu tảo vong, lão mẫu cô di. Di lai Nam Hải, gian tân bần phạp, ư thị mại sài.

時有一客買柴，使令送至客店。客收去，惠能得錢，卻出門外，見一客誦經。惠能一聞經語，心即開悟，遂問客誦何經。客曰，金剛經。復問，從何所來持此經典。客云，我從蘄州黃梅縣，東禪寺來。其寺是五祖忍大師在彼主化，門人一千有餘。我到彼中禮拜，聽受此經。大師常勸僧俗，但持金剛經即自見性直了成佛。

"Thời, hữu nhất khách mãi sài, sử linh tống chí khách điếm. Khách thâu khứ, Huệ Năng đắc tiền, khước xuất môn ngoại, kiến nhất khách tụng kinh. Huệ Năng nhất văn kinh ngữ, tâm tức khai ngộ, toại vấn khách tụng hà kinh. Khách viết: 'Kim Cang Kinh.' Phục vấn: 'Tùng hà sở lai trì thử kinh điển?' Khách vân: 'Ngã tùng Kỳ Châu Hoàng Mai huyện, Đông Thiền tự lai. Kỳ tự thị Ngũ Tổ Nhẫn Đại sư tại bỉ chủ hóa, môn nhân nhất thiên hữu dư. Ngã đáo bỉ trung lễ bái, thính thọ thử Kinh. Đại sư thường khuyến tăng tục, đãn trì Kim Cang Kinh tức tự kiến tánh trực liễu thành Phật.'

惠能聞說，宿昔有緣，乃蒙一客取銀十兩與惠能，令充老母衣糧，教便往黃梅參禮五祖。惠能安置母畢，即便辭違。不經三十餘日，便至黃梅，禮拜五祖。祖問曰，汝何方人，欲求何物。惠能對曰，弟子是嶺南新州百姓，遠來禮師，惟求作佛，不求餘物。

"Huệ Năng văn thuyết, túc tích hữu duyên, nãi mông nhất khách thủ ngân thập lượng dữ Huệ Năng, linh sung lão mẫu y lương, giáo tiện vãng Hoàng Mai, tham lễ Ngũ Tổ. Huệ Năng an trí mẫu tất, tức tiện từ vi. Bất kinh tam thập dư nhật, tiện chí Hoàng Mai, lễ bái Ngũ Tổ. Tổ vấn viết: 'Nhữ hà phương nhân? Dục cầu hà vật?' Huệ Năng đối viết: Đệ tử thị Lãnh Nam Tân Châu bá tánh, viễn lai lễ Sư, duy cầu tác Phật, bất cầu dư vật.'

祖言，汝是嶺南人，又是獦獠，若為堪作佛。惠能曰，人雖有南北，佛性本無南北。獦獠身與和尚不同，佛性有何差別。

"Tổ ngôn: 'Nhữ thị Lãnh Nam nhân, hựu thị cát liêu, nhược vi kham tác Phật?' Huệ Năng viết: 'Nhân tuy hữu Nam Bắc, Phật tánh bản vô Nam Bắc. Cát liêu thân dữ Hòa thượng bất đồng, Phật tánh hữu hà sai biệt?'

五祖更欲與語，且見徒眾總在左右，乃令隨眾作務。惠能曰，惠能啟和尚，弟子自心常生智慧，不離自性，即是福田。未審和尚教作何務。祖云，這獦獠根性大利。汝更勿言，著槽廠去。

"Ngũ Tổ cánh dục dữ ngữ, thả kiến đồ chúng tổng tại tả hữu, nãi linh tùy chúng tác vụ. Huệ Năng viết: 'Huệ Năng khải Hòa thượng: Đệ tử tự tâm thường sanh trí tuệ,[1] bất ly tự tánh, tức thị phước điền; vị thẩm Hòa thượng giáo tác hà

---

[1] Chữ 慧 thường đọc theo hai âm: tuệ và huệ. Chúng tôi chọn âm tuệ để tránh nhầm với chữ huệ 惠 trong tên của Tổ Sư, có nghĩa là ân huệ.

vụ?' Tổ vân: 'Giá cát liêu căn tánh đại lợi. Nhữ cánh vật ngôn, trước tào xưởng khứ.'

惠能退至後院，有一行者差惠能破柴踏碓。經八月餘，祖一日忽見惠能曰。吾思汝之見可用，恐有惡人害汝，遂不與汝言，汝知之否。惠能曰，弟子亦知師意，不敢行至堂前，令人不覺。

"Huệ Năng thối chí hậu viện, hữu nhất hành giả sai Huệ Năng phá sài, đạp đối. Kinh bát nguyệt dư, Tổ nhất nhật hốt kiến Huệ Năng viết: 'Ngô tư nhữ chi kiến khả dụng, khủng hữu ác nhân hại nhữ, toại bất dữ nhữ ngôn, nhữ tri chi phủ?' Huệ Năng viết: 'Đệ tử diệc tri Sư ý, bất cảm hành chí đường tiền, linh nhân bất giác.'

祖一日喚諸門人總來。吾向汝說，世人生死事大，汝等終日只求福田，不求出離生死苦海。自性若迷，福何可救。汝等各去，自看智慧，取自本心般若之性，各作一偈，來呈吾看。若悟大意，付汝衣法，為第六代祖。火急速去，不得遲滯。思量即不中用。見性之人，言下須見。若如此者，譬如輪刀上陣。亦得見之。

"Tổ nhất nhật hoán chư môn nhân tổng lai: 'Ngô hướng nhữ thuyết: Thế nhân sanh tử sự đại, nhữ đẳng chung nhật chỉ cầu phước điền, bất cầu xuất ly sanh tử khổ hải. Tự tánh nhược mê, phước hà khả cứu? Nhữ đẳng các khứ, tự khán trí tuệ, thủ tự bản tâm Bát-nhã chi tánh, các tác nhất kệ, lai trình ngô khán. Nhược ngộ đại ý, phó nhữ y pháp, vi đệ lục đại Tổ. Hỏa cấp tốc khứ, bất đắc trì trệ. Tư lương tức bất trúng dụng. Kiến tánh chi nhân, ngôn hạ tu kiến. Nhược như thử giả, thí như luân đao thướng trận, diệc đắc kiến chi.'

眾得處分，退而遞相謂曰。我等眾人，不須澄心用意作偈，將呈和尚，有何所益。神秀上座，現為教授師，必是他得。我輩謾作偈頌，枉用心力。餘人聞語，總皆息心，咸言。我等已後，依止秀師，何煩作偈。

"Chúng đắc xử phân, thối nhi đệ tương vị viết: 'Ngã đẳng chúng nhân, bất tu trừng tâm dụng ý tác kệ, tương trình Hòa thượng, hữu hà sở ích? Thần Tú Thượng tọa, hiện vi Giáo thọ sư, tất thị tha đắc. Ngã bối mạn tác kệ tụng, uổng dụng tâm lực!' Dư nhân văn ngữ, tổng giai tức tâm, hàm ngôn: 'Ngã đẳng dĩ hậu, y chỉ Tú sư, hà phiền tác kệ?'

神秀思惟。諸人不呈偈者，為我與他為教授師。我須作偈，將呈和尚。若不呈偈。和尚如何知我心中見解深淺。我呈偈意，求法即善，覓祖即惡，卻同凡心奪其聖位奚別。若不呈偈，終不得法。大難。大難。

"Thần Tú tư duy 'Chư nhân bất trình kệ giả, vị ngã dữ tha vi Giáo thọ sư. Ngã tu tác kệ, tương trình Hòa thượng. Nhược bất trình kệ, Hòa thượng như hà tri ngã tâm trung kiến giải thâm thiển? Ngã trình kệ ý, cầu Pháp tức thiện, mịch Tổ tức ác, khước đồng phàm tâm đoạt kỳ thánh vị hề biệt? Nhược bất trình kệ, chung bất đắc pháp. Đại nan! Đại nan!'

五祖堂前有步廊三間，擬請供奉盧珍畫楞伽經變相，及五祖血脈圖，流傳供養。神秀作偈成已數度欲呈。行至堂前，心中恍惚，遍身汗流，擬呈不得。前後經四日，一十三度呈偈不得。秀乃思惟，不如向廊下書著，從他和尚看見。忽若道好，即出禮拜，云是秀作。若道不堪，枉向山中數年，受人禮拜，更修何道。是夜三更，不使人知，自執燈，書偈於南廊壁間，呈心所見。偈曰。

"Ngũ Tổ đường tiền hữu bộ lang tam gian, nghĩ thỉnh Cung phụng Lư Trân họa Lăng-già kinh biến tướng cập Ngũ Tổ huyết mạch đồ, lưu truyền cúng dường. Thần Tú tác kệ thành dĩ, sổ độ dục trình, hành chí đường tiền, tâm trung hoảng hốt, biến thân hãn lưu, nghĩ trình bất đắc. Tiền hậu kinh tứ nhật, nhất thập tam độ trình kệ bất đắc! Tú nãi tư duy: 'Bất như hướng lang hạ thư trước, tùng tha Hòa thượng khán kiến. Hốt nhược đạo hảo, tức xuất lễ bái, vân thị Tú tác. Nhược đạo bất kham, uổng hướng sơn trung sổ niên, thọ nhân lễ bái, cánh tu hà đạo?' Thị dạ tam canh, bất sử nhân tri, tự chấp đăng, thư kệ ư Nam lang bích gian, trình tâm sở kiến. Kệ viết:

身是菩提樹，
心如明鏡臺。
時時勤拂拭，
勿使惹塵埃。

Thân thị Bồ-đề thọ,
Tâm như minh kính đài.
Thời thời cần phất thức,
Vật sử nhạ trần ai.

秀書偈了，便卻歸房，人總不知。秀復思惟，五祖明日見偈歡喜，即我與法有緣。若言不堪，自是我迷，宿業障重，不合得法。聖意難測。房中思想，坐臥不安，直至五更。

"Tú thơ kệ liễu, tiện khước quy phòng, nhân tổng bất tri. Tú phục tư duy: 'Ngũ Tổ minh nhật kiến kệ hoan hỷ, tức ngã dữ pháp hữu duyên. Nhược ngôn bất kham, tự thị ngã mê, túc nghiệp chướng trọng, bất hợp đắc pháp. Thánh ý nan trắc!' Phòng trung tư tưởng, tọa ngọa bất an, trực chí ngũ canh.

祖已知神秀入門未得，不見自性。天明，祖喚盧供奉來，向南廊壁間繪畫圖相。忽見其偈，報言。供奉，卻不用畫，勞爾遠來。經云，凡所有相皆是虛妄。但留此偈，與人誦持。依此偈修，免墮惡道，依此偈修，有大利益。令門人炷香禮敬，盡誦此偈。門人誦偈，皆歎，善哉。

"Tổ dĩ tri Thần Tú nhập môn vị đắc, bất kiến tự tánh. Thiên minh, Tổ hoán Lư Cung phụng lai, hướng Nam lang bích gian hội họa đồ tướng. Hốt kiến kỳ kệ, báo ngôn: 'Cung phụng! Khước bất dụng họa, lao nhĩ viễn lai. Kinh vân: "Phàm sở hữu tướng giai thị hư vọng." Đãn lưu thử kệ, dữ nhân tụng trì. Y thử kệ tu, miễn đọa ác đạo; y thử kệ tu, hữu đại lợi ích.' Linh môn nhân chú hương lễ kính, tận tụng thử kệ. Môn nhân tụng kệ, giai thán: 'Thiện tai!'

祖三更喚秀入堂，問曰，偈是汝作否。秀言，實是秀作，不敢妄求祖位，望和尚慈悲，看弟子有少智慧否。

"Tổ tam canh hoán Tú nhập đường, vấn viết: 'Kệ thị nhữ tác phủ?' Tú ngôn: 'Thật thị Tú tác, bất cảm vọng cầu Tổ vị, vọng Hòa thượng từ bi, khán đệ tử hữu thiểu trí tuệ phủ?'

祖曰，汝作此偈，未見本性。只到門外，未入門內。如此見解，覓無上菩提，了不可得。無上菩提，須得言下，識自本心，見自本性不生不滅，於一切時中，念念自見，萬法無滯。一真一切真，萬境自如如。如如之心，即是真實。若如是見，即是無上菩薩之自性也。汝且去，一兩日思惟，更作一偈，將來吾看。汝偈若入得門，付汝衣法。神秀作禮而出，又經數日，作偈不成。心中恍惚，神思不安，猶如夢中，行坐不樂。

"Tổ viết: 'Nhữ tác thử kệ, vị kiến bản tánh; chỉ đáo môn ngoại, vị nhập môn nội. Như thử kiến giải, mịch Vô thượng Bồ-đề, liễu bất khả đắc. Vô thượng Bồ-đề, tu đắc ngôn hạ thức tự bản tâm, kiến tự bản tánh, bất sanh bất diệt. Ư nhất thiết thời trung, niệm niệm tự kiến, vạn pháp vô trệ. Nhất chân, nhất thiết chân, vạn cảnh tự như như. Như như chi tâm, tức thị chân thật. Nhược như thị kiến, tức thị Vô thượng Bồ-đề chi tự tánh dã. Nhữ thả khứ, nhất lưỡng nhật tư duy, cánh tác nhất kệ, tương lai ngô khán. Nhữ kệ nhược nhập đắc môn, phó nhữ y pháp.' Thần Tú tác lễ nhi xuất, hựu kinh số nhật, tác kệ bất thành. Tâm trung hoảng hốt, thần tứ bất an, do như mộng trung, hành tọa bất lạc.

復兩日，有一童子於碓坊過，唱誦其偈。惠能一聞，便知此偈未見本性。雖未蒙教授，早識大意。遂問童子曰。誦者何偈。

"Phục lưỡng nhật, hữu nhất đồng tử ư đối phường quá, xướng tụng kỳ kệ. Huệ Năng nhất văn, tiên tri thử kệ vị kiến bản tánh. Tuy vị mông Giáo thọ, tảo thức đại ý. Toại vấn đồng tử viết: 'Tụng giả hà kệ?'

童子曰，爾這獦獠不知。大師言，世人生死事大，欲得傳付衣法，令門人作偈來看。若悟大意即付衣法，為第六祖。神秀上座，於南廊壁上，書無相偈。大師令人皆誦。依此偈修免墮惡道，依此偈修，有大利益。惠能曰，上人，我此踏碓八箇餘月，未曾行到堂前，望上人引至偈前禮拜。

"Đồng tử viết: 'Nhĩ giá cát liêu bất tri. Đại sư ngôn: Thế nhân sanh tử sự đại, dục đắc truyền phó y pháp, linh môn nhân tác kệ lai khán. Nhược ngộ đại ý, tức phó y pháp, vi đệ lục Tổ. Thần Tú Thượng tọa, ư Nam lang bích thượng, thư vô tướng kệ. Đại sư linh nhân giai tụng: Y thử kệ tu, miễn đọa ác đạo, y thử kệ tu, hữu đại lợi ích.' Huệ Năng viết: 'Thượng nhân! Ngã thử đạp đối bát cá dư nguyệt, vị tằng hành đáo đường tiền. Vọng thượng nhân dẫn chi kệ tiền lễ bái.'

童子引至偈前禮拜。惠能曰。惠能不識字。請上人為讀。

"Đồng tử dẫn chí kệ tiền lễ bái. Huệ Năng viết: 'Huệ Năng bất thức tự, thỉnh thượng nhân vị độc.'

時，有江州別駕，姓張，名日用，便高聲讀。惠能聞已，遂言，亦有一偈，望別駕為書。別駕言，汝亦作偈，其事希有。惠能向別駕言，欲學無上菩提，不得輕於初學。下下人有上上智，上上人有沒意智。若輕人，即有無量無邊罪。

"Thời, hữu Giang Châu Biệt giá, tánh Trương, danh Nhật Dụng, tiện cao thanh độc. Huệ Năng văn dĩ, toại ngôn: 'Diệc hữu nhất kệ, vọng Biệt giá vị thư.' Biệt giá ngôn: 'Nhữ diệc tác kệ, kỳ sự hy hữu!' Huệ Năng hướng Biệt giá ngôn: 'Dục học Vô thượng Bồ-đề, bất khả khinh ư sơ học. Hạ hạ nhân hữu thượng thượng trí; thượng thượng nhân hữu một ý trí. Nhược khinh nhân, tức hữu vô lượng vô biên tội.'

別駕言，汝但誦偈，吾為汝書。汝若得法，先須度吾，勿忘此言。

"Biệt giá ngôn: 'Nhữ đãn tụng kệ, ngô vị nhữ thơ. Nhữ nhược đắc Pháp, tiên tu độ ngô, vật vong thử ngôn.'

惠能偈曰。

"Huệ Năng kệ viết:

菩提本無樹，
明鏡亦非臺。
本來無一物，
何處惹塵埃。

Bồ-đề bản vô thụ,
Minh kính diệc phi đài.
Bản lai vô nhất vật,
Hà xứ nhạ trần ai?

書此偈已，徒眾總驚，無不嗟訝。各相謂言。奇哉，不得以貌取人。何得多時使他肉身菩薩。祖見眾人驚怪，恐人損害，遂將鞋擦了偈，曰。亦未見性。眾以為然。

"Thư thử kệ dĩ, đồ chúng tổng kinh, vô bất ta nhạ. Các tương vị ngôn: 'Kỳ tai! Bất đắc dĩ mạo thủ nhân! Hà đắc đa thời sử tha nhục thân Bồ Tát?' Tổ kiến chúng nhân kinh quái, khủng nhân tổn hại, toại tương hài sát liễu kệ, viết: 'Diệc vị kiến tánh.' Chúng dĩ vi nhiên.

次日，祖潛至碓坊，見能腰石舂米，語曰。求道之人，為法忘軀，當如是乎。乃問曰，米熟也未。惠能曰，米熟久矣，猶欠篩在。祖以杖擊碓三下而去。

"Thứ nhất, Tổ tiềm chí đối phường, kiến Năng yêu thạch thung mễ, ngứ viết: 'Cầu đạo chi nhân, vị Pháp vong khu, đương như thị hồ?' Nãi vấn viết: 'Mễ thục dã vị?' Huệ Năng viết: 'Mễ thục cửu hỹ, du khiếm si tại.' Tổ dĩ trượng kích đối tam há nhi khứ.

惠能即會祖意，三鼓入室。祖以袈裟遮圍，不令人見。為說金剛經。至應無所住而生其心，惠能言下大悟。一切萬法不離自性。遂啟祖言，何期自性本自清淨。何期自性本不生滅。何期自性本自具足。何期自性本無動搖。何期自性能生萬法。

"Huệ Năng tức hội Tổ ý, tam cổ nhập thất. Tổ dĩ cà-sa già vi, bất linh nhân kiến. Vị thuyết Kim Cang Kinh, chí 'Ưng vô sở trụ nhi sanh kỳ tâm.' Huệ Năng ngôn hạ đại ngộ. Nhất thiết vạn pháp, bất ly tự tánh. Toại khải Tổ ngôn: 'Hà kỳ tự tánh bản tự thanh tịnh? Hà kỳ tự tánh bản bất sanh diệt? Hà kỳ tự tánh bản tự cụ túc? Hà kỳ tự tánh bản vô động diêu? Hà kỳ tự tánh năng sanh vạn pháp?'

祖知悟本性，謂惠能曰。不識本心，學法無益。若識自本心，見自本性，即名丈夫，天人師，佛。

"Tổ tri ngộ bản tánh, vị Huệ Năng viết: 'Bất thức bản tâm, học pháp vô ích. Nhược thức tự bản tâm, kiến tự bản tánh, tức danh Trượng phu, Thiên nhân sư, Phật.'

三更受法，人盡不知。便傳頓教，及衣缽，云。汝為第六代祖，善自護念，廣度有情，流布將來，無令斷絕。聽吾偈曰。

"Tam canh thọ pháp, nhân tận bất tri. Tiện truyền Đốn giáo, cập y bát, vân: 'Nhữ vi đệ lục đại Tổ, thiện tự hộ niệm, quảng độ hữu tình, lưu bố tương lai, vô linh đoạn tuyệt. Thính ngô kệ viết:

有情來下種，
因地果還生。
無情既無種，
無性亦無生。

Hữu tình lai há chủng,
Nhân địa, quả hoàn sanh;
Vô tình ký vô chủng,
Vô tánh diệc vô sanh.

祖復曰。昔達磨大師初來此土，人未之信，故傳此衣，以為信體，代代相承。法則以心傳心，皆令自悟自證。自古，佛佛惟傳本體，師師密付本心。衣為爭端，止汝勿傳。若傳此衣，命如懸絲。汝須速去，恐人害汝。惠能啟曰，向甚處去。祖云，逢懷則止，遇會則藏。

"Tổ phục viết: 'Tích Đạt-ma Đại sư sơ lai thử độ, nhân vị chi tín, cố truyền thử y, dĩ vi tín thể, đại đại tương thừa. Pháp tắc dĩ tâm truyền tâm, giai linh tự ngộ, tự chứng. Tự cổ, Phật Phật duy truyền bản thể, sư sư mật phó bản tâm. Y vi tranh đoan, chỉ nhữ vật truyền. Nhược truyền thử y, mạng như huyền ti. Nhữ tu tốc khứ, khủng nhân hại nhữ.' Huệ Năng khải viết: 'Hướng thậm xứ khứ?' Tổ vân: 'Phùng Hoài tắc chỉ, ngộ Hội tắc tàng.'

惠能三更領得衣缽，云。能本是南中人，素不知此山路，如何出得江口。五祖言，汝不須憂，吾自送汝。

"Huệ Năng tam canh lãnh đắc y bát, vân: 'Năng bản thị Nam trung nhân, tố bất tri thử sơn lộ, như hà xuất đắc giang khẩu?' Ngũ Tổ ngôn: 'Nhữ bất tu ưu, ngô tự tống nhữ.'

祖相送直至九江驛邊。祖令上船，五祖把艣，自搖。惠能言，請和尚坐，弟子合搖艣。祖云，合是吾渡汝。惠能曰，迷時師度，悟了自度。度名雖一，用處不同。惠能生在邊方，語音不正，蒙師傳法。今已得悟，只合自悟自度。

"Tổ tương tống trực chí Cửu Giang dịch biên. Tổ linh thướng thuyền, Ngũ Tổ bả lỗ, tự diêu. Huệ Năng ngôn: 'Thỉnh Hòa thượng tọa, đệ tử hợp diêu lỗ.' Tổ vân: 'Hợp thị ngô độ nhữ.' Huệ Năng viết: 'Mê thời Sư độ, ngộ liễu tự độ. Độ danh tuy nhất, dụng xứ bất đồng. Huệ Năng sanh tại biên phương, ngữ âm bất chánh, mông Sư truyền pháp. Kim dĩ đắc ngộ, chỉ hợp tự ngộ tự độ.'

祖云。如是，如是。以後佛法由汝大行。汝去三年，吾方逝世。汝今好去，努力向南。不宜速說，佛法難起。

"Tổ vân: 'Như thị, như thị!... Dĩ hậu Phật pháp do nhữ đại hành. Nhữ khứ tam niên, ngô phương thệ thế. Nhữ kim hảo khứ, nỗ lực hướng Nam. Bất nghi tốc thuyết, Phật pháp nan khởi.'

惠能辭違祖已，發足南行。五祖歸，數日不上堂。眾疑，詰問曰。和尚少病少惱否。

"Huệ Năng từ vi Tổ dĩ, phát túc Nam hành. Ngũ Tổ quy, sổ nhật bất thướng đường. Chúng nghi cật vấn viết: 'Hòa thượng thiểu bệnh thiểu não phủ?'

曰，病即無，衣法已南矣。

"Viết: 'Bệnh tức vô, y pháp dĩ Nam hỹ.'

問，誰人傳授。

"Vấn: 'Thùy nhân truyền thọ?'

曰，能者得之。

"Viết: 'Năng giả đắc chi.'

眾乃知焉。逐後數百人來，欲奪衣缽。一僧，俗姓陳，名惠明，先是四品將軍，性行麤慥，極意參尋，為眾人先，兩月中間，至大庾嶺，趁及惠能。

"Chúng nãi tri yên. Trục hậu sổ bá nhân lai, dục đoạt y bát. Nhất tăng, tục tánh Trần, danh Huệ Minh, tiên thị tứ phẩm tướng quân, tánh hạnh thô tháo, cực ý tham tầm, vi chúng nhân tiên, lưỡng nguyệt trung gian, chí Đại Sưu lãnh, sấn cập Huệ Năng.

惠能擲下衣缽於石上，曰。此衣表信。可力爭耶。能隱草莽中。惠明至，提掇不動。乃喚云，行者，行者。我為法來，不為衣來。

"Huệ Năng trịch há y bát ư thạch thượng, viết: 'Thử y biểu tín, khả lực tranh da?' Năng ẩn thảo mãng trung; Huệ Minh chí, đề xuyết bất động. Nãi hoán vân: 'Hành giả! Hành giả! Ngã vị pháp lai, bất vị y lai.'

惠能遂出，坐盤石上。惠明作禮，云。望行者為我說法。惠能云，汝既為法而來，可屏息諸緣，勿生一念，吾為汝說明。良久，惠能曰。不思善，不思惡，正與麼時，那箇是明上座本來面目。

"Huệ Năng toại xuất, tọa bàn thạch thượng. Huệ Minh tác lễ vân: 'Vọng hành giả vị ngã thuyết Pháp.' Huệ Năng vân: 'Nhữ ký vị pháp nhi lai, khả bính tức chư duyên, vật sanh nhất niệm, ngô vị nhữ thuyết minh.' Lương cửu, Huệ Năng viết: 'Bất tư thiện, bất tư ác, chính dữ ma thời, ná cá thị Minh Thượng tọa bản lai diện mục?'

惠明言下大悟，復問云。上來密語密意外，還更有密意否。惠能云，與汝說者，即非密也。汝若返照，密在汝邊。明曰，惠明雖在黃梅，實未省自己面目。今蒙指示，如人飲水，冷暖自知。今行者即惠明師也。惠能曰，汝若如是，吾與汝同師黃梅，善自護持。明又問，惠明今後向甚處去。惠能曰，逢袁則止，遇蒙則居。明禮辭。

"Huệ Minh ngôn hạ đại ngộ, phục vấn vân: 'Thượng lai mật ngữ mật ý ngoại, hoàn cánh hữu mật ý phủ?' Huệ Năng vân: 'Dữ nhữ thuyết giả, tức phi mật dã. Nhữ nhược phản chiếu, mật tại nhữ biên.' Minh viết: 'Huệ Minh tuy tại Hoàng Mai, thật vị tỉnh tự kỷ diện mục. Kim mông chỉ thị, như nhân ẩm thủy, lãnh noãn tự tri. Kim hành giả tức Huệ Minh sư dã.' Huệ Năng viết: 'Nhữ nhược như thị, ngô dữ nhữ đồng sư Hoàng Mai, thiện tự hộ trì.' Minh hựu vấn: 'Huệ Minh kim hậu hướng thậm xứ khứ?' Huệ Năng viết: 'Phùng Viên tắc chỉ, ngộ Mông tắc cư.' Minh lễ từ.

惠能後至曹溪，又被惡人尋逐。乃至四會避難獵人隊中，凡經一十五載，時與獵人隨宜說法。獵人常令守網，每見生命，盡放之。每至飯時，以菜寄煮肉鍋。或問，則對曰，但喫肉邊菜。

"Huệ Năng hậu chí Tào Khê, hựu bị ác nhân tầm trục. Nãi chí Tứ Hội tỵ nạn. Liệp nhân đội trung, phàm kinh nhất thập ngũ tải, thời dữ liệp nhân tùy nghi thuyết pháp. Liệp nhân thường linh thủ võng, mỗi kiến sanh mạng, tận phóng chi. Mỗi chí phạn thời, dĩ thái ký chữ nhục oa. Hoặc vấn, tắc đối viết: 'Đãn khiết nhục biên thái.'

一日思惟，時當弘法，不可終遯。遂出至廣州，法性寺，值印宗法師講涅槃經。時，有二僧論風旛義。一僧曰，風動。一僧曰，旛動。議論不已。惠能進曰，不是風動，不是旛動，仁者心動。一眾駭然。

"Nhất nhật tư duy, thời đương hoằng Pháp, bất khả chung độn. Toại xuất chí Quảng châu, Pháp Tánh tự, trị Ấn Tông Pháp sư giảng Niết-bàn Kinh. Thời, hữu nhị tăng luận phong phan nghĩa. Nhất tăng viết: 'Phong động.' Nhất tăng viết: 'Phan động.' Nghị luận bất dĩ. Huệ Năng tấn viết: 'Bất thị phong động, bất thị phan động, nhân giả tâm động.' Nhất chúng hãi nhiên.

印宗延至上席，徵詰奧義，見惠能言簡，理當，不由文字。宗云，行者定非常人。久聞黃梅衣法南來，莫是行者否。惠能曰，不敢。宗於是作禮，告請傳來衣缽出示大眾。

"Ấn Tông diên chí thượng tịch, trưng cật áo nghĩa, kiến Huệ Năng ngôn giản, lý đáng, bất do văn tự. Tông vân: 'Hành giả định phi thường nhân. Cửu văn Hoàng Mai Y, Pháp Nam lai, mạc thị hành giả phủ?' Huệ Năng viết: 'Bất cảm.' Tông ư thị tác lễ, cáo thỉnh truyền lai y bát xuất thị đại chúng.

宗復問曰，黃梅付囑，如何指授。惠能曰，指授即無，惟論見性，不論禪定解脫。宗曰，何不論禪定解脫。能曰，為是二法不是佛法，佛法是不二之法。宗又問，如何是佛法不二之法。惠能曰，法師講涅槃經，明佛性，是佛法不二之法。如高貴德王菩薩白佛言，犯四重禁，作五逆罪，及一闡提等，當斷善根，佛性否。佛言，善根有二，一者常，二者無常。佛性非常非無常，是故不斷，名為不二。一者善，二者不善。佛性非善非不善，是名不二。蘊之與界，凡夫見二，智者了達其性無二。無二之性，即是佛性。印宗聞說，歡喜合掌，言。某甲講經，猶如瓦礫。仁者論義，猶如真金。

"Tông phục vấn viết: 'Hoàng Mai phó chúc, như hà chỉ thọ?' Huệ Năng viết: 'Chỉ thọ tức vô, duy luận kiến tánh, bất luận thiền định giải thoát.' Tông viết: 'Hà bất luận thiền định giải thoát?' Năng viết: 'Vi thị nhị pháp, bất thị Phật pháp. Phật pháp thị bất nhị chi pháp.' Tông hựu vấn: 'Như hà thị Phật pháp bất nhị chi pháp.' Huệ Năng viết: 'Pháp sư giảng Niết-bàn Kinh, minh Phật tánh, thị Phật pháp bất nhị chi pháp. Như Cao Quý Đức Vương Bồ Tát bạch Phật ngôn: "Phạm tứ trọng cấm, tác ngũ nghịch tội cập nhất-xiển-đề đẳng, đương đoạn thiện căn, Phật tánh phủ?" Phật ngôn: "Thiện căn hữu nhị: Nhất giả thường, nhị giả vô thường. Phật tánh phi thường, phi vô thường, thị cố bất đoạn." Danh vi bất nhị: nhất giả thiện, nhị giả bất thiện. Phật tánh phi thiện phi bất thiện, thị danh bất nhị. Uẩn chi dữ giới, phàm phu kiến nhị, trí giả liễu đạt kỳ tánh vô nhị. Vô nhị chi tánh, tức thị Phật tánh.' Ấn Tông văn thuyết, hoan hỷ hiệp chưởng, ngôn: 'Mỗ giáp giảng kinh, du như ngõa lịch, nhân giả luận nghĩa, du như chân kim!'

於是為惠能剃髮，願事為師。惠能遂於菩提樹下。開東山法門。

"Ư thị, vị Huệ Năng thế phát, nguyện sự vi Sư. Huệ Năng toại ư Bồ-đề thọ hạ khai Đông Sơn Pháp môn.

惠能於東山得法，辛苦受盡，命似懸絲。今日得與使君，官僚，僧尼道俗，同此一會。莫非累劫之緣，亦是過去生中供養諸佛，同種善根，方始得聞如上頓教得法之因。

"Huệ Năng ư Đông Sơn đắc pháp, tân khổ thọ tận, mạng tự huyền ty! Kim nhật đắc dữ sứ quân, quan liêu, tăng ni đạo tục, đồng thử nhất hội. Mạc phi lũy kiếp chi duyên, diệc thị quá khứ sanh trung cúng dường chư Phật, đồng chủng thiện căn, phương thủy đắc văn như thượng Đốn giáo đắc pháp chi nhân?

教是先聖所傳，不是惠能自智。願聞先聖教者，各令淨心。聞了，各自除疑，如先代聖人無別。

"Giáo thị tiên thánh sở truyền, bất thị Huệ Năng tự trí. Nguyện văn tiên thánh giáo giả, các linh tịnh tâm. Văn liễu, các tự trừ nghi, như tiên đại thánh nhân vô biệt."

一眾聞法，歡喜，作禮而退。

Nhất chúng văn Pháp, hoan hỷ, tác lễ nhi thối.

❖ **VIỆT VĂN**

PHẨM THỨ I

NGUYÊN DO HÀNH TRẠNG

Thuở ấy, Đại sư đến chùa Bảo Lâm,¹ quan Thứ sử họ Vi ở Thiều Châu cùng thuộc cấp cùng vào núi thỉnh, Sư liền khai duyên thuyết pháp ở giảng đường nơi Chùa Đại Phạm trong thành. Sư lên tòa, quan Thứ sử và thuộc cấp hơn ba mươi người; tăng ni, cư sĩ,² đạo sĩ,³ hơn ngàn người, đồng làm lễ, xin nghe điều cốt yếu của pháp Phật. Đại sư nói với thính chúng:

"Chư thiện tri thức! Tự tánh Bồ-đề vốn thanh tịnh, chỉ dùng tâm này là đủ thành Phật.⁴

"Chư thiện tri thức! Hãy nghe nguyên do đắc Pháp của Huệ Năng này. Cha Huệ Năng quê ở Phạm Dương,⁵ làm quan bị giáng chức, đày ra xứ Lãnh Nam làm dân thường ở Tân Châu. Thân phận không may, cha lại mất sớm, mẹ già côi cút. Mẹ con dời qua xứ Nam Hải,⁶ đắng cay nghèo thiếu, bán củi ở chợ.

"Khi ấy có một người khách mua củi, bảo mang đến nhà. Khách nhận củi, Huệ Năng được tiền, lui ra ngoài cửa, chợt nghe một người tụng kinh. Huệ Năng thoáng nghe lời kinh,

---

¹ Tức là chùa Nam Hoa ở Tào Khê.
² Cư sĩ: Những người tu Phật tại gia.
³ Những người theo Đạo giáo, tức là Lão giáo.
⁴ Chân tâm của chúng sanh với tâm Phật đồng thể như nhau, không khác biệt. Hết mê là Phật, còn mê là chúng sanh.
⁵ Huyện Phạm Dương, ngày nay thuộc tỉnh Trực Lệ.
⁶ Quận Nam Hải, nay thuộc tỉnh Quảng Đông.

tâm liền khai ngộ, bèn hỏi xem khách tụng kinh gì. Khách đáp: 'Kinh Kim Cang.' Lại hỏi: 'Ngài học Kinh ấy ở đâu?' Khách đáp rằng: 'Tôi từ chùa Đông Thiền, huyện Hoàng Mai, Kỳ Châu lại đây. Chùa ấy là nơi Ngũ Tổ Hoằng Nhẫn Đại sư đang giáo hóa, môn đồ hơn ngàn người. Tôi đến đó lễ bái, nghe giảng và thọ trì Kinh này. Đại sư vẫn thường khuyên người xuất gia, tại gia thọ trì Kinh này, sẽ tự thấy tánh thành Phật.' Huệ Năng nghe lời ấy, lại cũng nhờ đời trước có duyên nên được một người khách giúp mười lượng bạc, bảo dùng cấp dưỡng cho mẹ già, lại khuyên nên qua huyện Hoàng Mai tham lễ Ngũ Tổ. Huệ Năng sắp đặt cho mẹ xong, liền từ giã mà đi. Chưa quá ba mươi ngày đã đến Hoàng Mai, lễ bái Ngũ Tổ. Tổ hỏi rằng: 'Ngươi là người phương nào? Muốn cầu việc chi?' Huệ Năng thưa: 'Đệ tử là dân Tân Châu, Lãnh Nam. Đường xa đến đây lễ Tổ, chỉ cầu làm Phật chớ chẳng cầu chi khác.'

"Tổ nói: 'Ngươi dân Lãnh Nam, lại là thiểu số mường mán, làm Phật sao được?' Huệ Năng thưa: 'Người có kẻ Nam người Bắc, Phật tánh vốn không Nam Bắc. Thân mường mán này với thân Hòa thượng tuy có khác, nhưng Phật tánh có chi khác biệt?'

"Ngũ Tổ còn muốn nói với nữa, nhưng thấy đồ chúng vây quanh, liền bảo Huệ Năng theo chúng mà làm phận sự. Huệ Năng thưa: 'Đệ tử tự tâm thường sanh trí tuệ, chẳng rời tự tánh, tức là phước điền,[1] chẳng hay Hòa thượng dạy làm việc chi?' Tổ nói: 'Tên mọi này căn tánh lanh lợi quá! Thôi đừng nói nữa, hãy đi xuống chỗ làm việc đi.'

"Huệ Năng lui ra nhà sau, có người sai bửa củi giã gạo, trải qua hơn tám tháng. Ngày kia, Tổ chợt thấy Huệ Năng, bảo rằng: 'Ta thấy chỗ biết của ngươi có thể dùng được, nhưng

---

[1] Phước điền: ruộng phước, dùng chỉ người xứng đáng nhận sự cúng dường của người khác.

e có kẻ xấu hại ngươi, cho nên chẳng nói với ngươi, ngươi có biết không?' Huệ Năng bạch rằng: 'Đệ tử biết ý Tổ, nên chẳng dám ra phía trước, để người đừng hay biết.'

"Một ngày kia, Tổ gọi các môn đồ lại đông đủ mà dạy rằng: 'Các ngươi nghe đây, người đời sanh tử là việc lớn, các ngươi suốt ngày chỉ lo cầu việc phước mà chẳng cầu ra khỏi biển khổ sanh tử. Tánh mình nếu mê, phước nào cứu đặng? Các ngươi hãy lui ra, tự quan sát trí tuệ, lấy tánh Bát-nhã nơi bản tâm mình, mỗi người làm một bài kệ đem trình ta xem. Nếu ai ngộ đạo, ta sẽ truyền pháp và y[1] cho làm Tổ thứ sáu. Phải nhanh chóng lên, chẳng được chậm trễ. Nếu còn phải suy nghĩ là chẳng phải chỗ dùng được. Nếu thật người thấy tánh, vừa nghe lời nói liền phải thấy ngay. Người như vậy, cho dù có vung đao ra trận cũng vẫn thấy biết.'

"Đồ chúng nghe lời, lui ra, bảo nhau rằng: 'Bọn ta chẳng cần phải lắng lòng dụng ý viết kệ trình Hòa thượng làm chi. Thượng tọa Thần Tú hiện là Giáo thọ, ắt là sẽ được. Bọn ta có làm kệ cũng chỉ uổng tâm lực mà thôi!' Rồi tất cả đều buông xuôi, tự nghĩ rằng: 'Từ đây về sau, chúng ta chỉ cần nương theo Sư Thần Tú, còn phải phiền lòng làm kệ mà chi?'

"Thần Tú thì lại suy nghĩ: 'Mọi người chẳng làm kệ, vì ta đây đối với họ là thầy Giáo thọ. Còn như ta lại cần phải làm kệ trình Hòa thượng. Vì nếu chẳng trình kệ, Hòa thượng làm sao biết chỗ hiểu biết trong lòng ta sâu cạn thế nào? Ý ta trình kệ, vì cầu Pháp là việc tốt, nếu vì cầu ngôi Tổ là việc xấu, cũng như tâm phàm phu muốn đoạt ngôi Thánh, có khác gì nhau? Nhưng nếu chẳng trình kệ, rốt cùng lại không đắc Pháp. Thật là khó lắm, khó lắm!'

"Trước phòng Ngũ Tổ có ba gian mái hiên, ngài định mời

---

[1] Y và bình bát của chư Tổ là do đức Phật truyền lại, được xem là biểu tượng cho việc truyền nối Chánh pháp. Đến Ngũ Tổ là đã qua 32 đời, truyền cho Lục Tổ là đời thứ 33 rồi thôi không truyền y bát nữa.

quan Cung phụng¹ là Lư Trân vẽ biến tướng kinh Lăng-già và biểu đồ truyền thừa năm vị Tổ để lưu truyền cúng dường.² Thần Tú làm kệ xong, mấy phen muốn đem trình, cứ lên đến trước thềm thì trong lòng hoảng hốt, mồ hôi ra khắp mình, muốn trình mà chẳng được. Trải qua bốn ngày, đến mười ba lần như vậy, chẳng trình kệ được! Tú bèn suy nghĩ: 'Chi bằng viết vào vách dưới mái hiên, khiến cho Hòa thượng xem thấy. Nếu Ngài bảo là hay, thì ta ra lễ bái, nhận là mình làm. Còn nếu Ngài bảo là chẳng được, thì thật uổng công bao năm ở núi, nhận sự lễ bái của người khác, còn tu hành gì nữa?'

"Nghĩ vậy, canh ba đêm ấy chẳng cho ai biết, tự mình cầm đèn đến viết bài kệ lên vách mái hiên phía Nam, trình chỗ hiểu biết trong tâm mình. Kệ rằng:

Thân là cây Bồ-đề,
Tâm như đài gương sáng.
Thường siêng lau siêng rửa,
Chớ để bám bụi nhơ.

"Thần Tú viết kệ rồi, lui về phòng, không ai hay biết. Lại suy nghĩ rằng: 'Ngày mai, Ngũ Tổ thấy kệ mà vui mừng, tức là ta có duyên với Pháp. Còn nếu ngài bảo chẳng được, tức là ta ngu mê, nghiệp chướng còn nặng, chẳng thể đắc Pháp. Ý Thánh thật khó lường!'

Ở trong phòng suy tưởng mãi, nằm ngồi chẳng yên, cho đến tận canh năm.

"Tổ vốn đã biết là Thần Tú chưa được đạo, chẳng thấy tự tánh.

"Sáng ra, Tổ mời quan Cung phụng họ Lư đến chỗ vách tường mái hiên phía Nam để vẽ biểu đồ. Chợt thấy bài kệ ấy,

---

¹ Chức Hàn lâm Cung phụng là để chỉ hạng người có tài khéo léo, được vào triều mà làm việc cho vua.

² Tức là biểu đồ truyền thừa từ Đạt-ma Sơ Tổ cho đến Ngũ Tổ.

liền bảo rằng: 'Quan Cung phụng chẳng cần vẽ nữa. Thật đã làm nhọc ngài từ xa đến đây! Kinh nói: "Những gì có hình tướng đều là hư vọng." Chỉ cần lưu lại bài kệ này cho người trì tụng. Y theo kệ này tu khỏi đọa nẻo ác, y theo kệ này tu, được lợi ích lớn.'

"Nói rồi sai môn nhân[1] đốt hương lễ kính, bảo mọi người đều nên tụng kệ này. Môn nhân tụng kệ đều khen: 'Hay lắm thay!'

"Khoảng canh ba, Tổ gọi Thần Tú vào phòng, hỏi rằng: 'Kệ của ngươi làm phải không?' Thần Tú nói: 'Thật là Tú này làm, chẳng dám vọng cầu ngôi Tổ, chỉ mong Hòa thượng từ bi xem có chút trí tuệ nào hay chăng?'

"Tổ nói: 'Ngươi làm kệ này chưa thấy được bản tánh, chỉ như đến ngoài cửa, chưa vào được trong. Như đem chỗ hiểu biết ấy mà cầu đạo Vô thượng Bồ-đề thì quyết chẳng thể được. Vô thượng Bồ-đề vốn tự bản tâm, thấy tự bản tánh, chẳng sanh chẳng diệt. Bất cứ lúc nào, niệm tưởng nào cũng đều tự thấy biết, muôn pháp không ngăn ngại, một pháp chân thật thì hết thảy pháp đều chân thật, muôn cảnh tự như như. Tâm như như đó tức là chân thật. Nếu thấy biết được như vậy, tức là tự tánh Vô thượng Bồ-đề. Ngươi nên lui về suy nghĩ trong một hai ngày nữa, làm một bài kệ khác trình ta xem. Nếu kệ của ngươi vào được trong cửa,[2] ta sẽ truyền pháp và y.'

"Thần Tú làm lễ lui ra. Lại qua vài ngày, làm kệ chẳng được. Trong lòng hoảng hốt, tâm thần chẳng yên, mơ màng như trong mộng, đi đứng nằm ngồi đều chẳng được an vui.

"Hai hôm sau, có một chú tiểu đi ngang qua chỗ giã gạo, tụng bài kệ của Thần Tú. Huệ Năng vừa nghe qua, biết ngay

---

[1] Tức là đồ đệ, học trò của Tổ, cũng như môn đệ.

[2] Lấy ý câu trên, Tổ bảo bài kệ của Thần Tú chỉ "đến ngoài cửa, chưa vào được trong".

bài kệ ấy chưa thấy bản tánh. Tuy chưa được dạy dỗ giáo pháp, nhưng đã sớm biết đại ý. Liền hỏi chú tiểu rằng: 'Người tụng kệ gì vậy?'

"Chú tiểu nói: 'Gã mường mán này, thật không biết gì sao? Đại sư có nói: Người đời sanh tử là việc lớn. Ngài muốn truyền pháp và y, nên dạy môn đồ làm kệ trình. Nếu ai ngộ được đại ý, Ngài sẽ trao y và pháp, cho làm Tổ thứ sáu. Thượng tọa Thần Tú viết bài kệ Vô tướng trên vách tường hiên phía Nam. Đại sư bảo mọi người đều nên tụng, tu theo kệ ấy khỏi đọa nẻo ác, tu theo kệ ấy, có lợi ích lớn.'

"Huệ Năng nói: 'Này thượng nhân![1] Tôi giã gạo nơi đây hơn tám tháng rồi, chưa hề lên tới trước chùa. Mong được thượng nhân dẫn tôi tới trước bài kệ đó để lễ bái.'

"Chú tiểu dẫn đến lễ bái trước bài kệ. Huệ Năng nói: 'Huệ Năng không biết chữ, xin thượng nhân đọc giùm cho nghe.'

"Khi ấy, có quan Biệt giá[2] Giang Châu họ Trương, tên Nhật Dụng cao giọng đọc lên. Huệ Năng nghe rồi liền nói: 'Tôi cũng có một bài kệ, mong được quan Biệt giá viết giùm.'

"Biệt giá nói: 'Ngươi cũng làm kệ, thật là việc ít có!'

"Huệ Năng nói với quan Biệt giá: 'Muốn học đạo Vô thượng Bồ-đề, chẳng nên khinh người mới học. Người thấp hèn có khi có trí tuệ cao thượng, người cao thượng có khi không trí tuệ. Nếu khinh người thì mắc tội không kể xiết!'

"Biệt giá nói: 'Người chỉ việc đọc kệ đi, ta viết giùm cho. Nếu người đắc Pháp, nên tiếp độ ta trước, chớ quên lời.' Huệ Năng đọc kệ rằng:

Bồ-đề vốn chẳng phải cây,
Gương sáng cũng chẳng phải đài.

---

[1] Thượng nhân: lời tôn xưng,
[2] Biệt giá: chức quan hầu theo quan Thứ sử.

Xưa nay vốn không một vật,
Chỗ nào bám được bụi nhơ?

"Viết bài kệ xong, đồ chúng đều kinh hãi, ai nấy sửng sốt bảo nhau rằng: 'Lạ thay! Thật là không thể lấy vẻ ngoài để xét đoán người! Sao lâu nay chúng ta lại dám sai khiến vị Bồ Tát xác phàm này?'[1]

"Tổ thấy mọi người kinh động, e có kẻ làm hại Huệ Năng, bèn lấy chiếc dép chà xóa bài kệ ngay đi và nói rằng: 'Cũng chưa thấy tánh.' Đồ chúng đều nghe vậy.

"Hôm sau, Tổ đến chỗ giã gạo, thấy Huệ Năng lưng đeo đá, giã gạo,[2] bảo rằng: 'Người cầu đạo, vì pháp quên mình đến thế sao?' Lại hỏi: 'Gạo đã trắng chưa?'[3] Huệ Năng thưa: 'Gạo trắng đã lâu, chỉ đợi sàng thôi.'[4] Tổ liền dùng gậy gõ lên thành cối ba cái rồi đi.[5]

"Huệ Năng hiểu ý Tổ, trống canh ba vào thất. Tổ lấy áo cà-sa che quanh, chẳng cho ai trông thấy, rồi giảng kinh Kim Cang cho nghe. Đến câu 'Nên sanh tâm từ nơi chỗ chẳng trụ vào đâu cả.'[6] Huệ Năng vừa nghe liền đại ngộ, hiểu rằng hết thảy muôn pháp chẳng rời tự tánh. Liền bạch Tổ rằng:

"Ngờ đâu tự tánh vốn tự thanh tịnh.
Ngờ đâu tự tánh vốn chẳng sanh diệt.
Ngờ đâu tự tánh vốn tự đầy đủ.
Ngờ đâu tự tánh vốn chẳng lay động.
Ngờ đâu tự tánh sanh ra muôn pháp.

---

[1] Lục Tổ trong thời gian mới đến, chấp tác nơi nhà sau, đồ chúng ai muốn sai khiến việc gì cũng được.

[2] Cối giã gạo dùng chày đạp bằng chân, người giã phải đeo thêm đá nặng trên lưng mà đạp lên chày cho mạnh.

[3] Ý Tổ hỏi là đạo hạnh của Huệ Năng đã thành thục chưa.

[4] Huệ Năng cũng ngụ ý nói đạo hạnh đã thành thục rồi, chỉ còn đợi sự phân biệt chân chánh mà thôi, cũng như sàng gạo để loại bỏ cám.

[5] Ý Tổ dặn canh ba Huệ Năng phải vào thất của ngài.

[6] Nguyên văn: "Ưng vô sở trụ nhi sanh kỳ tâm."

"Tổ biết là đã ngộ bản tánh, nên bảo Huệ Năng: 'Chẳng biết bản tâm, học pháp vô ích. Nếu tự biết bản tâm, tự thấy bản tánh, tức là bậc Trượng phu; là thầy của hàng trời, người; là Phật.'

"Thọ pháp vào canh ba, chẳng ai hay biết. Tổ truyền pháp Đốn giáo[1] và y bát, bảo rằng: 'Nhà ngươi làm Tổ đời thứ sáu, khéo tự giữ gìn, rộng độ chúng sanh, lưu truyền đạo lý cho đời sau, đừng để tuyệt mất. Hãy nghe kệ ta đây:

Tình khởi nên gieo giống,
Vòng nhân quả loanh quanh.
Không tình cũng không giống,
Không tánh cũng không sanh.'

"Tổ lại nói: 'Thuở xưa, Đại sư Đạt-ma mới đến đất này, lòng người chưa tin, nên truyền y này như vật làm tin, đời đời truyền nối. Còn truyền Pháp tất phải lấy tâm truyền tâm, khiến cho tự ngộ, tự chứng. Từ xưa, chư Phật chỉ truyền bản thể, chư Tổ ngầm nối bản tâm. Y là đầu mối sanh ra tranh đoạt, đến ngươi không nên truyền nữa. Nếu truyền y này thì nguy đến tính mạng. Ngươi nên mau đi đi, kẻo có người làm hại.' Huệ Năng thưa hỏi: 'Giờ biết đi đâu?' Tổ đáp: 'Gặp Hoài[2] thì ngừng; gặp Hội[3] thì ẩn.'

"Huệ Năng nhận y bát đang lúc canh ba, thưa với Tổ rằng: 'Huệ Năng người miền Nam, không thông thạo đường đi ở núi này, làm sao ra được đến cửa sông?' Tổ đáp: 'Ngươi chẳng phải lo, ta tự đưa ngươi đi.'

"Tổ đưa ra đến bến Cửu Giang, bảo Huệ Năng lên thuyền. Ngài tự cầm chèo mà chèo đi. Huệ Năng thưa: 'Xin Hòa

---

[1] Giáo pháp đi thẳng đến giải thoát tức thời, dành cho bậc thượng căn, thượng trí. Khác với Tiệm giáo là giáo pháp dạy người tu tập dần dần, trừ bỏ ác nghiệp mà ngày càng đến gần chỗ giải thoát hơn.

[2] Sau này ứng là huyện Hoài Tập, thuộc tỉnh Quảng Tây

[3] Sau này ứng là huyện Tứ Hội, thuộc tỉnh Quảng Đông.

thượng ngồi, để đệ tử chèo.' Tổ nói: 'Ta nên độ ngươi sang sông.' Huệ Năng thưa: 'Khi mê thầy độ, ngộ rồi thì tự độ. Độ tuy là một tiếng, mà chỗ dùng chẳng giống nhau. Huệ Năng sanh nơi biên địa, giọng nói không chuẩn, được nhờ Thầy truyền pháp, nay đã ngộ rồi, chỉ nên tự độ.'[1]

"Tổ nói: Đúng vậy, đúng vậy! Pháp Phật từ nay về sau do ngươi mà rộng truyền. Ngươi đi rồi, ba năm sau ta sẽ bỏ cõi thế. Ngươi đi may mắn, gắng sức về phương Nam. Nên ẩn nhẫn, chớ vội vàng giảng pháp, pháp Phật sẽ khó sanh khởi.'

"Huệ Năng từ biệt Tổ, hướng phương Nam mà đi. Ngũ Tổ quay về, luôn mấy ngày chẳng lên giảng đường. Môn đồ nghi hoặc, gặng hỏi Ngài: 'Chẳng hay Hòa thượng có bệnh hoạn, sầu não gì chăng?'

"Ngài đáp: 'Ta không bệnh, nhưng y pháp đã về phương Nam rồi.'

"Chúng đệ tử lại hỏi: 'Ai được truyền thọ?'

"Ngài đáp: 'Huệ Năng được.'[2]

"Lúc ấy đồ chúng mới biết. Liền có vài trăm người đuổi theo, muốn cướp y bát. Trong số đó có một vị tăng tên Huệ Minh, họ Trần, trước đây từng giữ chức quan võ hàng tứ phẩm, tánh tình thô bạo, hết sức đuổi tìm. Ông này cầm đầu cả bọn, đuổi riết trong hai tháng, tới núi Đại Sưu thì bắt kịp.

"Huệ Năng đặt y bát trên một hòn đá mà nói rằng: 'Y này là vật làm tin, há dùng sức mà tranh được sao?'

"Huệ Năng lánh vào cỏ rậm. Huệ Minh đuổi tới, đưa tay

---

[1] Đoạn này không thể diễn hết ý trong Hán văn. Vì chữ độ (度) mang cả hai nghĩa: một nghĩa là đưa sang sông, một nghĩa là cứu độ. Ngũ Tổ nói một câu mà chữ độ được hiểu theo cả hai nghĩa. Huệ Năng lãnh ý nên trả lời hợp ý Tổ.

[2] Nguyên văn "Năng giả đắc chi" được dùng theo hai nghĩa: người tên Năng (Huệ Năng), mà cũng là "người có tài năng".

nhặt lấy y bát, nhấc lên không được, liền kêu lớn: 'Hành giả, hành giả! Tôi thật vì pháp, chẳng phải vì y mà đến đây.'

"Huệ Năng bước ra, lên ngồi trên hòn đá. Huệ Minh lễ bái, nói: 'Mong được ngài vì tôi mà thuyết pháp.' Huệ Năng nói: 'Nếu ông đã vì pháp mà đến đây, vậy nên dứt bỏ hết các duyên, chớ sanh niệm tưởng, ta sẽ vì ông mà giảng rõ.' Một lúc lâu sau, Huệ Năng mới nói: 'Không nghĩ thiện, không nghĩ ác, ngay trong lúc ấy, mặt mũi xưa nay của Thượng tọa Minh là gì?'

"Huệ Minh nghe qua đại ngộ, lại hỏi: 'Ngoài lời kín đáo, ý bí mật đó, còn có bí mật nào khác chăng?' Huệ Năng đáp: 'Đã nói ra với ông, tức chẳng phải bí mật. Nếu ông tự soi xét lại mình, thì chỗ bí mật chính ở nơi ông.' Huệ Minh nói: 'Tôi tuy ở chỗ ngài Hoàng Mai[1] nhưng thật chưa tự nhận ra mặt mũi của mình. Nay nhờ ngài chỉ dạy cho, như người uống nước, nóng lạnh tự nhận ra. Nay ngài chính là thầy của Huệ Minh này vậy.' Huệ Năng nói: 'Nếu ông được như vậy, thì ta với ông cùng một thầy là Tổ Hoàng Mai, nên khéo tự giữ gìn.' Huệ Minh lại hỏi: 'Từ nay, Huệ Minh biết đi đâu?' Huệ Năng nói: 'Đến Viên[2] thì dừng, gặp Mông[3] thì ở.' Huệ Minh lễ bái từ biệt.

"Huệ Năng sau đến Tào Khê, lại bị kẻ ác đuổi tìm, bèn lánh nạn trong đoàn thợ săn nơi huyện Tứ Hội,[4] trải qua mười lăm năm, thường khi tùy nghi thuyết pháp với bọn thợ săn. Thợ săn thường sai giữ lưới, mỗi khi có thú vướng vào thì lén thả ra hết. Đến bữa cơm, chỉ ăn rau luộc chung trong nồi thịt. Hoặc có kẻ hỏi, liền đáp rằng: 'Chỉ ăn rau luộc bên thịt được rồi.'

---

[1] Tức là Ngũ Tổ Hoàng Nhẫn, vì Tổ giảng pháp ở núi Hoàng Mai.
[2] Sau ứng là Viên Châu.
[3] Sau ứng là Mông Sơn tại Viên Châu.
[4] Ứng theo lời Ngũ Tổ: "Gặp Hội thì ẩn".

"Một ngày kia, tự nghĩ đã đến lúc hoằng pháp, không nên ẩn lánh nữa. Liền đi ra Quảng Châu, đến chùa Pháp Tánh, gặp lúc Pháp sư Ấn Tông đang giảng Kinh Niết-bàn. Khi ấy, trong chúng có hai vị tăng bàn cãi chuyện gió và phướn. Một vị nói: 'Gió động.' Vị kia nói: 'Phướn động.' Bàn cãi hồi lâu chẳng dứt, Huệ Năng bước đến nói rằng: 'Chẳng phải gió động, chẳng phải phướn động, ấy là tâm các ông động.' Cả chúng nghe đều kinh hãi.

"Ấn Tông liền thỉnh ngồi trên, hỏi nghĩa sâu kín. Thấy Huệ Năng nói lời giản dị mà lý chánh đáng, chẳng theo văn tự, Ấn Tông mới nói: 'Ngài chắc chắn không phải người thường! Từ lâu vẫn nghe y pháp của Tổ Hoàng Mai đã về phương Nam, chắc là ngài đây chăng?'

"Huệ Năng nói: 'Không dám.'

"Ấn Tông liền làm lễ, xin đưa y bát ra cho đại chúng xem. Ấn Tông lại hỏi: 'Ý chỉ truyền trao của ngài Hoàng Mai như thế nào?' Huệ Năng đáp: 'Trao nhận tức là không. Chỉ luận việc thấy tánh, không luận bàn thiền định giải thoát.'

"Tông hỏi: 'Sao chẳng luận bàn thiền định giải thoát?'

"Huệ Năng đáp: 'Vì là pháp phân biệt đối đãi, chẳng phải pháp Phật. Pháp Phật là pháp không phân biệt đối đãi.'

"Tông lại hỏi: 'Thế nào là pháp Phật không phân biệt đối đãi?' Huệ Năng đáp: 'Pháp sư giảng Kinh Niết-bàn, làm rõ Phật tánh, ấy là pháp Phật không phân biệt đối đãi. Như khi Bồ Tát Cao Quý Đức Vương hỏi Phật rằng: "Những kẻ phạm bốn giới cấm nặng, làm năm tội nghịch và bọn nhất-xiển-đề có dứt mất thiện căn, tánh Phật hay không?" Phật đáp: "Thiện căn có hai: một là thường, hai là vô thường. Tánh Phật chẳng phải thường, chẳng phải vô thường, nên không thể dứt mất." Đó là không phân biệt đối đãi. Lại nữa, một là thiện, hai là bất thiện, tánh Phật chẳng phải thiện, chẳng phải bất thiện, như vậy là không phân biệt đối đãi. Các uẩn[1] và giới,[2] phàm phu thấy có phân biệt, kẻ trí hiểu rõ tánh thật không phân biệt. Tánh thật không phân biệt ấy là tánh Phật.' Ấn Tông nghe giảng giải, vui mừng chấp tay nói rằng: 'Lũ chúng tôi giảng kinh dường như ngói, sỏi; còn Ngài luận nghĩa thật như vàng ròng!'

"Liền đó, Ấn Tông cạo tóc cho Huệ Năng, nguyện thờ làm thầy. Huệ Năng dưới cây Bồ-đề nơi ấy khai mở Pháp môn Đông Sơn.

"Huệ Năng này đắc pháp ở Đông Sơn, từng chịu đủ mùi cay đắng, tánh mạng mong manh như sợi tơ treo. Ngày nay cùng sứ quân và các quan viên, tăng, ni, đạo, tục đồng trong hội này. Nếu các vị chẳng nhờ duyên lành từ nhiều kiếp xa xưa, từng trong quá khứ cúng dường chư Phật, gieo trồng căn lành, làm sao lại được nghe nhân duyên đắc pháp Đốn giáo như ta vừa kể?

"Giáo pháp là do các bậc Thánh trước đây truyền lại, chẳng phải tự do trí Huệ Năng biết được. Nguyện cho những ai nghe giáo pháp này đều được thanh tịnh trong tâm. Nghe rồi, đều tự dứt lòng nghi, đồng như các bậc Thánh trước đây không khác."

Hết thảy chúng hội nghe Pháp, thảy đều vui mừng, làm lễ lui ra.

---

[1] Năm uẩn : sắc, thọ, tưởng, hành, thức, năm món ấy hiệp làm thân người.
[2] Mười tám giới : sáu căn, sáu trần và sáu thức.

❖ **HÁN VĂN**

般若

BÁT - NHÃ

品第二

Phẩm đệ nhị

次日，韋使君請益。師陞座，告大眾曰。總淨心念摩訶般若波羅蜜多。

Thứ nhật, Vi sứ quân thỉnh ích. Sư thăng tòa, cáo đại chúng viết: "Tổng tịnh tâm niệm Ma-ha Bát-nhã Ba-la-mật-đa."

復云。善知識。菩提般若之智，世人本自有之。只緣心迷，不能自悟，須假大善知識，示導見性。當知愚人，智人，佛性本無差別。只緣迷悟不同，所以有愚，有智。吾今為說摩訶般若波羅蜜法，使汝等各得智慧。志心諦聽，吾為汝說。

Phục vân: "Thiện tri thức! Bồ-đề Bát-nhã chi trí, thế nhân bản tự hữu chi. Chỉ duyên tâm mê, bất năng tự ngộ, tu giả đại thiện tri thức thị đạo kiến tánh. Đương tri ngu nhân, trí nhân, Phật tánh bản vô sai biệt. Chỉ duyên mê ngộ bất đồng, sở dĩ hữu ngu, hữu trí. Ngô kim vị thuyết Ma-ha Bát-nhã Ba-la-mật pháp, sử nhữ đẳng các đắc trí tuệ. Chí tâm đế thính, ngô vị nhữ thuyết.

善知識。世人終日口念般若。不識自性般若。

猶如說食不飽。口但說空。萬劫不得見性。終無有益。

"Thiện tri thức! Thế nhân chung nhật khẩu niệm Bát-nhã, bất thức tự tánh Bát-nhã, do như thuyết thực bất bão. Khẩu đãn thuyết không, vạn kiếp bất đắc kiến tánh, chung vô hữu ích.

善知識。摩訶般若波羅蜜是梵語，此言大智慧到彼岸。此須心行，不在口念。口念，心不行，如幻，如化，如露，如電。口念，心行，則心口相應，本性是佛。離性無別佛。

"Thiện tri thức! Ma-ha Bát-nhã Ba-la-mật thị Phạn ngữ,[1] thử ngôn 'Đại trí tuệ đáo bỉ ngạn'. Thử tu tâm hành, bất tại khẩu niệm. Khẩu niệm, tâm bất hành; như huyễn, như hóa, như lộ, như điển. Khẩu niệm, tâm hành; tắc tâm, khẩu tương ưng, bản tánh thị Phật. Ly tánh vô biệt Phật.

何名摩訶。摩訶是大，心量廣大，猶如虛空，無有邊畔，亦無方圓大小，亦非青黃赤白，亦無上下長短，亦無瞋，無喜，無是，無非，無善，無惡，無有頭尾。諸佛剎土盡同虛空。世人妙性本空，無有一法可得。自性真空，亦復如是。

"Hà danh Ma-ha? Ma-ha thị đại, tâm lượng quảng đại, do như hư không, vô hữu biên bạn, diệc vô phương, viên, đại, tiểu; diệc phi thanh, hoàng, xích, bạch; diệc vô thượng, hạ, trường, đoản; diệc vô sân, vô hỷ, vô thị, vô phi, vô thiện, vô ác, vô hữu đầu, vĩ. Chư Phật sát độ, tận đồng hư không. Thế nhân diệu tánh bản không, vô hữu nhất pháp khả đắc. Tự tánh chân không, diệc phục như thị.

---

[1] Cụm từ này trong tiếng Phạn là **mahāprajñāpāramitā**.

善知識。莫聞吾說空，便即著空。第一，莫著空。若空心靜坐，即著無記空。善知識，世界虛空能含萬物色像，日月，星宿，山河，大地，泉源，谿澗，草木，叢林，惡人，善人，惡法，善法，天堂，地獄，一切大海，須彌諸山，總在空中。世人性空，亦復如是。

"Thiện tri thức! Mạc văn ngô thuyết không, tiện tức trước không. Đệ nhất, mạc trước không. Nhược không tâm tĩnh tọa, tức trước vô ký không. Thiện tri thức! Thế giới hư không năng hàm vạn vật sắc tượng, nhật nguyệt, tinh tú, sơn hà, đại địa, tuyền nguyên, khê giản, thảo mộc, tùng lâm, ác nhân, thiện nhân, ác pháp, thiện pháp, thiên đường, địa ngục, nhất thiết đại hải, Tu-di chư sơn, tổng tại không trung. Thế nhân tánh không, diệc phục như thị.

善知識。自性能含萬法是大。萬法在諸人性中。若見一切人惡之與善，盡皆不取不捨，亦不染著，心如虛空，名之為大，故曰摩訶。

"Thiện tri thức! Tự tánh năng hàm vạn pháp thị đại. Vạn pháp tại chư nhân tánh trung. Nhược kiến nhất thiết nhân ác chi dữ thiện, tận giai bất thủ, bất xả, diệc bất nhiễm trước, tâm như hư không, danh chi vi đại, cố viết Ma-ha.

善知識。迷人口說，智者心行。又有迷人心空靜坐，百無所思，自稱為大。此一輩人，不可與語，為邪見故。

"Thiện tri thức! Mê nhân khẩu thuyết, trí giả tâm hành. Hựu hữu mê nhân tâm không tĩnh tọa, bách vô sở tư, tự xưng vi đại. Thử nhất bối nhân, bất khả dữ ngữ, vi tà kiến cố.

善知識。心量廣大，遍周法界，用即了了分明，應用便知一切。一切即一，一即一切，去來自由。心體無滯，即是般若。

"Thiện tri thức! Tâm lượng quảng đại, biến châu pháp giới, dụng tức liễu liễu phân minh, ứng dụng tiện tri nhất thiết. Nhất thiết tức nhất, nhất tức nhất thiết, khứ lai tự do. Tâm thể vô trệ, tức thị Bát-nhã.

善知識。一切般若智皆從自性而生，不從外入。莫錯用意，名為真性自用。一真一切真。心量大事，不行小道。口莫終日說空，心中不修此行，恰似凡人自稱國王，終不可得，非吾弟子。

"Thiện tri thức! Nhất thiết Bát-nhã trí giai tùng tự tánh nhi sanh, bất tùng ngoại nhập. Mạc thác dụng ý, danh vi chân tánh tự dụng. Nhất chân, nhất thiết chân. Tâm lượng đại sự, bất hành tiểu đạo. Khẩu mạc chung nhật thuyết không, tâm trung bất tu thử hạnh, kháp tự phàm nhân tự xưng quốc vương, chung bất khả đắc, phi ngô đệ tử.

善知識。何名般若。般若者，唐言智慧也。一切處所，一切時中，念念不愚，常行智慧，即是般若行。一念愚，即般若絕。一念智，即般若生。世人愚迷，不見般若。口說般若，心中常愚。常自言，我修般若。念念說空，不識真空。般若無形相，智慧心即是。若作如是解，即名般若智。

"Thiện tri thức! Hà danh Bát-nhã? Bát-nhã giả, Đường ngôn trí tuệ dã. Nhất thiết xứ sở, nhất thiết thời trung, niệm niệm bất ngu, thường hành trí tuệ, tức thị Bát-nhã hạnh. Nhất niệm ngu, tức Bát-nhã tuyệt. Nhất niệm trí, tức Bát-nhã sanh. Thế nhân ngu mê, bất kiến Bát-nhã, khẩu thuyết

Bát-nhã, trung tâm thường ngu. Thường tự ngôn: Ngã tu Bát-nhã. Niệm niệm thuyết không, bất thức chân không. Bát-nhã vô hình tướng, trí tuệ tâm tức thị. Nhược tác như thị giải, tức danh Bát-nhã trí.

何名波羅蜜。此是西國語，唐言到彼岸，解義離生滅。著境，生滅起，如水有波浪，即名為此岸。離境，無生滅，如水常通流，即名為彼岸。故號波羅蜜。

"Hà danh Ba-la-mật? Thử thị Tây quốc ngữ, Đường ngôn Đáo bỉ ngạn, giải nghĩa ly sanh diệt. Trước cảnh, sanh diệt khởi, như thủy hữu ba lãng, tức danh vi thử ngạn. Ly cảnh, vô sanh diệt, như thủy thường thông lưu, tức danh vi bỉ ngạn. Cố hiệu Ba-la-mật.

善知識。迷人口念，當念之時，有妄，有非。念念若行，是名真性。悟此法者，是般若法。修此行者，是般若行。不修即凡，一念修行，自身等佛。

"Thiện tri thức! Mê nhân khẩu niệm, đương niệm chi thời, hữu vọng, hữu phi. Niệm niệm nhược hành, thị danh chân tánh. Ngộ thử pháp giả, thị Bát-nhã pháp. Tu thử hạnh giả, thị Bát-nhã hạnh. Bất tu tức phàm; nhất niệm tu hành, tự thân đẳng Phật.

善知識。凡夫即佛，煩惱即菩提。前念迷，即凡夫。後念悟，即佛。前念著境，即煩惱。後念離境，即菩提。

"Thiện tri thức! Phàm phu tức Phật, phiền não tức Bồ-đề. Tiền niệm mê, tức phàm phu; hậu niệm ngộ, tức Phật. Tiền niệm trước cảnh, tức phiền não; hậu niệm ly cảnh, tức Bồ-đề.

善知識。

"Thiện tri thức!

摩訶般若波羅蜜，
最上最尊最第一。
無住無往亦無來，
三世諸佛從中出。

Ma-ha Bát-nhã ba-la-mật,
Tối thượng, tối tôn, tối đệ nhất.
Vô trụ, vô vãng, diệc vô lai,
Tam thế chư Phật tùng trung xuất.

當用大智慧。打破五蘊煩惱塵勞。如此修行。定成佛道。變三毒為戒定慧。

"Đương dụng đại trí tuệ đả phá ngũ uẩn phiền não trần lao. Như thử tu hành, định thành Phật đạo, biến tam độc vi Giới Định Tuệ.

善知識。我此法門，從一般若生八萬四千智慧。何以故。為世人有八萬四千塵勞。

"Thiện tri thức! Ngã thử Pháp môn, tùng nhất Bát-nhã, sanh bát vạn tứ thiên trí tuệ. Hà dĩ cố? Vị thế nhân hữu bát vạn tứ thiên trần lao.

若無塵勞，智慧常現，不離自性。悟此法者，即是無念，無憶無著。不起誑妄，用自真如性。以智慧觀照，於一切法，不取，不捨，即是見性，成佛道。

"Nhược vô trần lao, trí tuệ thường hiện, bất ly tự tánh. Ngộ thử pháp giả, tức thị vô niệm, vô ức, vô trước. Bất khởi cuống vọng, dụng tự chân như tánh. Dĩ trí tuệ quán chiếu, ư nhất thiết pháp, bất thủ, bất xả, tức thị kiến tánh, thành Phật đạo.

善知識。若欲入甚深法界及般若三昧者，須修般若行，持誦金剛般若經，即得見性。當知此經功德無量無邊。經中分明讚歎，莫能具說。此法門是最上乘，為大智人說，為上根人說。小根，小智人聞，心生不信。

"Thiện tri thức! Nhược dục nhập thậm thâm pháp giới cập Bát-nhã Tam-muội giả, tu tu Bát-nhã hạnh, trì tụng Kim Cang Bát-nhã Kinh, tức đắc kiến tánh. Đương tri thử kinh công đức vô lượng, vô biên. Kinh trung phân minh tán thán, mạc năng cụ thuyết. Thử Pháp môn thị tối thượng thừa, vị đại trí nhân thuyết, vị thượng căn nhân thuyết. Tiểu căn, tiểu trí nhân văn, tâm sanh bất tín.

何以故。譬如天龍下雨於閻浮提，城邑，聚落，悉皆漂流，如漂棗葉。若雨大海，不增，不減。若大乘人，若最上乘人，聞說金剛經，心開悟解，故知本性自有般若之智，自用智慧常觀照故，不假文字。

"Hà dĩ cố? Thí như thiên long há vũ ư Diêm-phù-đề, thành ấp, tụ lạc tất giai phiêu lưu, như phiêu tảo diệp. Nhược vũ đại hải, bất tăng, bất giảm. Nhược Đại thừa nhân, nhược Tối thượng thừa nhân văn thuyết Kim Cang Kinh, tâm khai ngộ giải, cố tri bản tánh tự hữu Bát-nhã chi trí, tự dụng trí tuệ thường quán chiếu cố, bất giả văn tự.

譬如雨水，不從天有，元是龍能興致，令一切眾生，一切草木，有情，無情，悉皆蒙潤，百川眾流，卻入大海，合為一體。眾生本性般若之智，亦復如是。

"Thí như vũ thủy, bất tùng thiên hữu, nguyên thị long năng hưng trí, linh nhất thiết chúng sanh, nhất thiết thảo mộc, hữu tình, vô tình, tất giai mông nhuận; bách xuyên chúng lưu khước nhập đại hải, hợp vi nhất thể. Chúng sanh bản tánh Bát-nhã chi trí, diệc phục như thị.

善知識。小根之人聞此頓教，猶如草木根性小者，若被大雨，悉皆自倒，不能增長。小根之人，亦復如是。元有般若之智，與大智人更無差別。因何聞法不自開悟。緣邪見障重，煩惱根深，猶如大雲覆蓋於日，不得風吹，日光不現。

"Thiện tri thức! Tiểu căn chi nhân văn thử Đốn giáo, du như thảo mộc căn tánh tiểu giả, nhược bị đại vũ, tất giai tự đảo, bất năng tăng trưởng. Tiểu căn chi nhân, diệc phục như thị. Nguyên hữu Bát-nhã chi trí, dữ đại trí nhân cánh vô sai biệt. Nhân hà văn pháp bất tự khai ngộ? Duyên tà kiến chướng trọng, phiền não căn thâm, du như đại vân phú cái ư nhật, bất đắc phong xuy, nhật quang bất hiện.

般若之智亦無大小，為一切眾生自心迷悟不同。迷心外見，修行覓佛，未悟自性，即是小根。若開悟頓教，不執外修，但於自心常起正見，煩惱塵勞常不能染，即是見性。

"Bát-nhã chi trí diệc vô đại tiểu, vị nhất thiết chúng sanh tự tâm mê ngộ bất đồng. Mê tâm ngoại kiến, tu hành mịch Phật, vị ngộ tự tánh, tức thị tiểu căn. Nhược khai ngộ Đốn giáo, bất chấp ngoại tu, đãn ư tự tâm thường khởi chánh kiến, phiền não, trần lao, thường bất năng nhiễm, tức thị kiến tánh.

善知識。內外不住，去來自由，能除執心，通達無礙。能修此行，與般若經，本無差別。

"Thiện tri thức! Nội ngoại bất trụ, khứ lai tự do, năng trừ chấp tâm, thông đạt vô ngại. Năng tu thử hạnh, dữ Bát-nhã kinh, bản vô sai biệt.

善知識。一切修多羅及諸文字大，小二乘，十二部經，皆因人置，因智慧性，方能建立。若無世人，一切萬法本自不有。故知萬法本自人興，一切經書因人說有。緣其人中有愚，有智。愚為小人，智為大人。愚者問於智人，智者與愚人說法。愚人忽然悟解，心開，即與智人無別。

"Thiện tri thức! Nhất thiết Tu-đa-la cập chư văn tự Đại, Tiểu nhị thừa, Thập nhị bộ kinh, giai nhân nhân trí, nhân trí tuệ tánh, phương năng kiến lập. Nhược vô thế nhân, nhất thiết vạn pháp, bản tự bất hữu. Cố tri vạn pháp bản tự nhân hưng; nhất thiết kinh thư nhân nhân thuyết hữu. Duyên kỳ nhân trung hữu ngu, hữu trí. Ngu vi tiểu nhân, trí vi đại nhân. Ngu giả vấn ư trí nhân; trí giả dữ ngu nhân thuyết pháp. Ngu nhân hốt nhiên ngộ giải, tâm khai, tức dữ trí nhân vô biệt.

善知識。不悟即佛是眾生，一念悟時，眾生是佛。故知萬法盡在自心。何不從自心中頓見真如本性。菩薩戒經云。我本元自性清淨。若識自心見性，皆成佛道。淨名經云。即時豁然還得本心。

"Thiện tri thức! Bất ngộ, tức Phật thị chúng sanh; nhất niệm ngộ thời, chúng sanh thị Phật. Cố tri vạn pháp tận tại tự tâm. Hà bất tùng tự tâm trung, đốn kiến chân như bản tánh? Bồ Tát Giới kinh vân: 'Ngã bản nguyên tự tánh thanh tịnh. Nhược thức tự tâm kiến tánh, giai thành Phật đạo.' Tịnh Danh Kinh vân: 'Tức thời hoát nhiên hoàn đắc bản tâm.'

善知識。我於忍和尚處，一聞言下便悟，頓見真如本性。是以將此教法流行，令學道者頓悟菩提。各自觀心，自見本性。若自不悟，須覓大善知識解最上乘法者，直示正路。

"Thiện tri thức! Ngã ư Nhẫn Hòa thượng xứ, nhất văn ngôn hạ tiện ngộ, đốn kiến chân như bản tánh. Thị dĩ tương thử giáo pháp lưu hành, linh học đạo giả đốn ngộ Bồ-đề. Các tự quán tâm, tự kiến bản tánh. Nhược tự bất ngộ, tu mịch đại thiện tri thức giải tối thượng thừa pháp giả, trực thị chánh lộ.

是善知識有大因緣，所謂化導，令得見性。一切善法因善知識能發起故。三世諸佛，十二部經，在人性中本自具有。不能自悟，須求善知識指示方見。若自悟者，不假外求。若一向執，謂須他善知識，望得解脫者，無有是處。

"Thị thiện tri thức hữu đại nhân duyên; sở vị hóa đạo, linh đắc kiến tánh. Nhất thiết thiện pháp, nhân thiện tri thức năng phát khởi cố. Tam thế chư Phật, thập nhị bộ kinh tại nhân tánh trung bản tự cụ hữu. Bất năng tự ngộ, tu cầu thiện tri thức chỉ thị phương kiến. Nhược tự ngộ giả, bất giả ngoại cầu. Nhược nhất hướng chấp, vị tu tha thiện tri thức vọng đắc giải thoát giả, vô hữu thị xứ.

何以故。自心內有知識自悟。若起邪迷，妄念顛倒，外善知識雖有教授，救不可得。若起正真般若觀照，一剎那間，妄念俱滅。若識自性，一悟即至佛地。

"Hà dĩ cố? Tự tâm nội hữu tri thức tự ngộ. Nhược khởi tà mê, vọng niệm điên đảo, ngoại thiện tri thức tuy hữu giáo thọ, cứu bất khả đắc. Nhược khởi chánh chân Bát-nhã quán chiếu, nhất sát-na gian, vọng niệm câu diệt. Nhược thức tự tánh, nhất ngộ tức chí Phật địa.

善知識。智慧觀照，內外明徹，識自本心。若識本心，即本解脫。若得解脫，即是般若三昧。般若三昧，即是無念。

"Thiện tri thức! Trí tuệ quán chiếu, nội ngoại minh triệt, thức tự bản tâm. Nhược thức bản tâm, tức bản giải thoát. Nhược đắc giải thoát, tức thị Bát-nhã Tam-muội. Bát-nhã Tam-muội, tức thị vô niệm.

何名無念。若見一切法，心不染著，是為無念。用即遍一切處，亦不著一切處。但淨本心，使六識出六門，於六塵中無染，無雜。來去自由，通用無滯，即是般若三昧。自在解脫，名無念行。若百物不思，當令念絕，即是法縛，即名邊見。

"Hà danh vô niệm? Nhược kiến nhất thiết pháp, tâm bất nhiễm trước, thị vi vô niệm. Dụng tức biến nhất thiết xứ, diệc bất trước nhất thiết xứ. Đãn tịnh bản tâm, sử lục thức xuất lục môn, ư lục trần trung vô nhiễm, vô tạp. Lai khứ tự do, thông dụng vô trệ, tức thị Bát-nhã Tam-muội. Tự tại giải thoát, danh vô niệm hạnh. Nhược bách vật bất tư, thường linh niệm tuyệt, tức thị pháp phược, tức danh biên kiến.

善知識。悟無念法者，萬法盡通。悟無念法者，見諸佛境界。悟無念法者，至佛地位。

"Thiện tri thức! Ngộ vô niệm pháp giả, vạn pháp tận thông. Ngộ vô niệm pháp giả, kiến chư Phật cảnh giới. Ngộ vô niệm pháp giả, chí Phật địa vị.

善知識。後代得吾法者，將此頓教法門，於同見，同行，發願受持，如事佛故，終身而不退者，定入聖位。然，須傳授從上以來，默傳分付，不得匿其正法。

"Thiện tri thức! Hậu đại đắc ngô pháp giả, tương thử Đốn giáo pháp môn, ư đồng kiến, đồng hạnh, phát nguyện thọ trì, như sự Phật cố, chung thân nhi bất thối giả, định nhập thánh vị. Nhiên, tu truyền thọ tùng thượng dĩ lai, mặc truyền phân phó, bất đắc nặc kỳ Chánh pháp.

若不同見，同行，在別法中不得傳付，損彼前人，究竟無益。恐愚人不解，謗此法門，百劫千生，斷佛種性。

"Nhược bất đồng kiến, đồng hạnh, tại biệt pháp trung bất đắc truyền phó, tổn bỉ tiền nhân, cứu cánh vô ích. Khủng ngu nhân bất giải, báng thử pháp môn, bách kiếp thiên sanh, đoạn Phật chủng tánh.

善知識。吾有一無相頌，各須誦取。在家，出家，但依此修。若不自修，惟記吾言，亦無有益。聽吾頌曰。

"Thiện tri thức! Ngô hữu nhất vô tướng tụng, các tu tụng thủ. Tại gia, xuất gia đãn y thử tu. Nhược bất tự tu, duy ký ngô ngôn, diệc vô hữu ích. Thính ngô tụng viết:

說通及心通，
如日處虛空。

唯傳見性法，
出世破邪宗。

Thuyết thông cập tâm thông,
Như nhật xử hư không.
Duy truyền kiến tánh pháp,
Xuất thế phá tà tông.

法即無頓漸，
迷悟有遲疾。
只此見性門，
愚人不可悉。

Pháp tức vô đốn, tiệm,
Mê, ngộ hữu trì, tật.
Chỉ thử kiến tánh môn,
Ngu nhân bất khả tất.

說即雖萬般，
合理還歸一。
煩惱闇宅中，
常須生慧日。

Thuyết tức tuy vạn ban,
Hợp lý hoàn quy nhất.
Phiền não ám trạch trung,
Thường tu sanh tuệ nhật.

邪來煩惱至，
正來煩惱除。
邪正俱不用，
清淨至無餘。

Tà lai, phiền não chí;
Chánh lai, phiền não trừ.
Tà, chánh câu bất dụng,
Thanh tịnh chí vô dư.

菩提本自性，
起心即是妄。
淨心在妄中，
但正無三障。

Bồ-đề bản tự tánh,
Khởi tâm tức thị vọng.
Tịnh tâm tại vọng trung,
Đãn chánh vô tam chướng.

世人若修道，
一切盡不妨。
常自見己過，
與道即相當。

Thế nhân nhược tu đạo,
Nhất thiết tận bất phương.
Thường tự kiến kỷ quá,
Dữ đạo tức tương đương.

色類自有道，
各不相妨惱。
離道別覓道，
終身不見道。

Sắc loại tự hữu đạo,
Các bất tương phương não.
Ly đạo biệt mịch đạo.
Chung thân bất kiến đạo.

波波度一生，
到頭還自懊。
欲得見真道，
行正即是道。

Ba ba độ nhất sanh,
Đáo đầu hoàn tự áo!
Dục đắc kiến chân đạo,
Hành chánh tức thị đạo.

自若無道心，
闇行不見道。
若真修道人，
不見世間過。

Tự nhược vô đạo tâm,
Ám hành bất kiến đạo.
Nhược chân tu đạo nhân,
Bất kiến thế gian quá.

若見他人非，
自非卻是左。
他非我不非，
我非自有過。

Nhược kiến tha nhân phi,
Tự phi khước thị tả.
Tha phi, ngã bất phi,
Ngã phi tự hữu quá.

但自卻非心，
打除煩惱破。
憎愛不關心，
長伸兩腳臥。

Đãn tự khước phi tâm,
Đả trừ phiền não phá.
Tắng, ái bất quan tâm,
Trường thân lưỡng cước ngọa.

欲擬化他人，
自須有方便。
勿令彼有疑，
即是自性現。

Dục nghĩ hóa tha nhân,
Tự tu hữu phương tiện.
Vật linh bỉ hữu nghi,
Tức thị tự tánh hiện.

佛法在世間
不離世間覺
離世覓菩提
恰如求兔角

Phật pháp tại thế gian,
Bất ly thế gian giác.
Ly thế mịch Bồ-đề,
Kháp như cầu thố giác.

正見名出世，
邪見是世間。
邪正盡打卻，
菩提性宛然。

Chánh kiến danh xuất thế,
Tà kiến thị thế gian.
Tà, chánh tận đả khước,
Bồ-đề tánh uyển nhiên.

此頌是頓教，
亦名大法船。
迷聞經累劫，
悟則剎那間。

Thử tụng thị Đốn giáo,
Diệc danh Đại Pháp thuyền.
Mê văn kinh lũy kiếp,
Ngộ tắc sát-na gian.

師復曰。今於大梵寺，說此頓教，普願法界眾生，言下見性成佛。

"Sư phục viết: 'Kim ư Đại Phạm tự, thuyết thử Đốn giáo, phổ nguyện pháp giới chúng sanh, ngôn hạ kiến tánh thành Phật.'"

時，韋使君與官僚，道俗，聞師所說，無不省悟。一時作禮，皆歎。善哉，何期嶺南有佛出世。

Thời, Vi Sứ quân dữ quan liêu, đạo tục, văn Sư sở thuyết, vô bất tỉnh ngộ, nhất thời tác lễ, giai thán: "Thiện tai! Hà kỳ Lãnh Nam hữu Phật xuất thế!"

❖ VIỆT VĂN

PHẨM THỨ II

BÁT - NHÃ

Hôm sau, Vi sứ quân lại thỉnh thuyết pháp nữa. Sư lên tòa, bảo đại chúng: "Mọi người nên tịnh tâm niệm câu: Ma-ha Bát-nhã Ba-la-mật-đa."[1]

Rồi Sư dạy rằng: "Các vị thiện tri thức![2] Trí Bát-nhã Bồ-đề, người đời vốn tự có. Chỉ bởi tâm mê, không thể tự thấy, nên phải nhờ bậc đại thiện tri thức chỉ ra mới thấy tánh. Nên biết rằng, người ngu kẻ trí đều sẵn có tánh Phật, chẳng khác chi nhau. Chỉ bởi mê, ngộ[3] chẳng đồng nhau, cho nên mới có người ngu, kẻ trí. Nay ta vì chư vị giảng pháp Ma-ha Bát-nhã Ba-la-mật, khiến cho mọi người đều được trí tuệ. Hãy chú tâm nghe cho kỹ!

"Các vị thiện tri thức! Người đời cả ngày miệng niệm Bát-nhã mà chẳng biết Bát-nhã là tự tánh của mình. Cũng như chỉ nói ăn, thật chẳng được no. Miệng chỉ nói lẽ không, muôn kiếp chẳng được thấy tánh, rốt cùng thật chẳng ích lợi gì.

"Các vị thiện tri thức! Ma-ha Bát-nhã Ba-la-mật là tiếng Phạn, nghĩa là Trí tuệ lớn tới bờ bên kia. Việc ấy do nơi thực hành ở tâm, chẳng do miệng niệm. Miệng niệm mà tâm chẳng thực hành, cũng như huyễn hóa, như sương móc, điện chớp. Miệng niệm, tâm thực hành, tất nhiên tâm với miệng hợp nhau; bản tánh là Phật, lìa tánh ra không có Phật nào khác.

---

[1] Đây là một câu phiên âm tiếng Phạn, trong kinh Bát-nhã. Theo Hán dịch là "Đại trí tuệ đáo bỉ ngạn." Việt dịch là "Trí tuệ lớn tới được bờ bên kia."

[2] Thiện tri thức: Bạn tốt, người có hiểu biết. Đại thiện tri thức, tiếng tôn xưng người có trí tuệ và đức độ lớn.

[3] Mê thì Phật là chúng sanh, ngộ thì chúng sanh là Phật.

"Sao gọi là Ma-ha? Ma-ha nghĩa là lớn. Tâm lượng rộng lớn như hư không, không bờ bến. Cũng không vuông tròn, lớn nhỏ, không xanh vàng đỏ trắng. Cũng không trên dưới, ngắn dài. Cũng không giận, mừng, phải, quấy; không lành dữ, không đầu đuôi, cho đến các cõi thế giới chư Phật đều là hư không. Tánh linh diệu của người đời vốn là không, không một pháp nào có thể đắc. Tự tánh của chân không cũng như vậy.

"Các vị thiện tri thức! Cũng đừng nghe ta nói không mà liền chấp lấy lẽ không. Đây là điều quan trọng nhất. Nếu lấy tâm không mà ngồi thiền, tức vướng mắc vào chỗ tâm không không nghĩ nhớ.

"Các vị thiện tri thức! Cõi thế giới hư không bao hàm thể sắc, hình tượng muôn vật: mặt trời, mặt trăng, tinh tú, núi sông, đất đai, suối nguồn, khe rạch, cỏ cây, rừng rậm, kẻ ác, người hiền, pháp lành, pháp dữ, thiên đường, địa ngục, hết thảy biển cả, núi non... thảy đều nằm trong hư không. Tánh không của người đời lại cũng như vậy.

"Các vị thiện tri thức! Tự tánh bao hàm muôn pháp, nên gọi là lớn. Muôn pháp ở trong tánh người. Nếu thấy hết thảy kẻ ác người hiền mà lòng không vướng mắc, cũng chẳng chê bỏ, cũng chẳng đắm nhiễm, tâm như hư không, như vậy là lớn, nên nói là Ma-ha.

"Các vị thiện tri thức! Người mê chỉ nói miệng, người trí tâm thực hành. Lại có người mê giữ tâm không mà ngồi thiền, đối với trăm việc đều không nghĩ đến, tự xưng là lớn. Những người như thế, chẳng thể cùng luận bàn, vì họ đã rơi vào tà kiến.

"Các vị thiện tri thức! Tâm lượng rộng lớn, biến khắp Pháp giới. Dùng đến thì rành rẽ phân minh, ứng dụng liền biết hết thảy. Hết thảy là một, một là hết thảy. Đến đi tự do. Tâm không ngăn ngại, tức là Bát-nhã.

"Các vị thiện tri thức! Hết thảy trí Bát-nhã đều do tự tánh sanh ra, chẳng từ ngoài vào, chớ nên hiểu sai. Như vậy gọi là tự ứng dụng chân tánh. Một lẽ chân thật, hết thảy mọi lẽ đều chân thật. Tâm lượng rộng lớn chẳng làm việc nhỏ nhen. Đừng nên suốt ngày miệng nói lẽ không mà trong tâm chẳng tu hạnh này, khác nào dân thường tự xưng là vua, rốt cùng chẳng thể được. Người như vậy chẳng phải đệ tử ta.

"Các vị thiện tri thức! Sao gọi là Bát-nhã? Bát-nhã nghĩa là trí tuệ. Ở mọi nơi, mọi lúc, trong mọi niệm tưởng đều chẳng ngu mê, thường sáng trí tuệ, tức là hạnh Bát-nhã. Một niệm ngu mê thì Bát-nhã dứt mất, một niệm trí tuệ tức Bát-nhã sanh. Người đời ngu mê, chẳng hiểu Bát-nhã. Miệng nói Bát-nhã mà trong tâm thường ngu mê. Miệng thường nói: "Ta tu Bát-nhã." Mỗi niệm đều nói lẽ không, mà chẳng thật hiểu chân không. Bát-nhã không có hình tướng, chính là tâm trí tuệ. Nếu hiểu được như vậy tức là trí Bát-nhã.

"Sao gọi là Ba-la-mật? Đó là tiếng Phạn, nghĩa là đến bờ bên kia, phải nên hiểu là lìa khỏi sanh diệt. Tâm vướng mắc nơi cảnh thì sanh diệt khởi, như nước cuộn nổi sóng, tức là bờ bên này. Tâm lìa khỏi cảnh thì không sanh diệt, như nước thường chảy thông, tức là bờ bên kia, nên gọi là Ba-la-mật.

"Các vị thiện tri thức! Người mê miệng niệm, mà ngay trong lúc niệm vẫn có điều hư vọng, sai trái. Mỗi niệm đều thực hành, gọi là chân tánh. Người ngộ được pháp này chính là pháp Bát-nhã, người tu theo hạnh này, chính là hạnh Bát-nhã. Chẳng tu tức là kẻ phàm, một niệm tu hành liền tự mình không thua kém Phật.

"Các vị thiện tri thức! Phàm phu chính là Phật, phiền não chính là Bồ-đề. Niệm trước còn mê là phàm phu, niệm sau thức tỉnh là Phật. Niệm trước còn vướng mắc nơi cảnh là phiền não, niệm sau lìa cảnh là Bồ-đề.

"Này thiện tri thức!

Ma-ha Bát-nhã Ba-la-mật,
Cao nhất, quý nhất, pháp đệ nhất.
Không trụ, không qua cũng không lại,
Ba đời chư Phật từ đó sanh.

"Phải dùng trí tuệ sáng suốt mà phá vỡ khối phiền não trần lao năm uẩn. Tu hành như vậy chắc chắn thành Phật. Chuyển hóa ba độc[1] thành Giới, Định, Tuệ.

"Các vị thiện tri thức! Pháp môn này từ một Bát-nhã sanh ra tám muôn bốn ngàn trí tuệ. Vì sao vậy? Vì người đời có tám muôn bốn ngàn trần lao.

"Nếu không trần lao, trí tuệ thường hiển hiện, chẳng lìa tự tánh. Người ngộ Pháp này, tức không niệm tưởng, không nghĩ nhớ, không vướng mắc. Chẳng khởi tâm lầm lẫn, hư vọng, ứng dụng tự tánh chân như. Dùng trí tuệ quán xét các pháp, chẳng lấy, chẳng bỏ, tức là thấy tánh, thành Phật đạo.

"Các vị thiện tri thức! Nếu người nào muốn vào sâu tận cội nguồn Pháp giới, cùng là Bát-nhã Tam-muội, thì nên tu hạnh Bát-nhã. Trì tụng Kinh Kim Cang Bát-nhã, tất sẽ thấy tánh. Phải biết rằng công đức của Kinh này vô lượng vô biên. Trong Kinh có tán thán rõ ràng, thật chẳng thể nói hết. Pháp môn này là Tối thượng thừa, vì người đại trí mà thuyết, vì người thượng căn mà thuyết. Người trí thô, căn thấp nghe rồi sanh lòng nghi ngờ. Vì sao vậy? Như khi mưa lũ lớn, thành ấp, xóm làng đều trôi dạt hết, như lá táo trôi. Nhưng nếu mưa xuống biển cả, thì nước ở đó chẳng thêm chẳng bớt. Bậc Đại thừa, Tối thượng thừa nghe giảng Kinh Kim Cang, tâm liền khai ngộ, hiểu rõ rằng bản tánh tự có trí Bát-nhã, nhờ tự dùng trí tuệ thường quán xét, chẳng do văn tự.

"Ví như nước mưa, chẳng phải tự nhiên mà có, chính là để làm cho hết thảy cỏ cây, giống hữu tình, giống vô tình đều

---

[1] Ba độc là: tham, sân, si.

được thấm nhuần. Trăm sông, muôn dòng đều chảy vào biển cả, hợp làm một thể. Trí Bát-nhã của tự tánh chúng sanh lại cũng như vậy.

"Các vị thiện tri thức! Những người căn cơ thấp, nghe pháp đốn ngộ này cũng như cỏ cây nhỏ bé ít rễ, nếu bị mưa lớn đều nghiêng ngã hết, không thể lớn lên. Nhưng người căn cơ dù thấp, vốn cũng có trí Bát-nhã như bậc đại trí không khác; vậy vì sao nghe pháp lại chẳng tự khai ngộ? Đó là do tà kiến nặng nề che lấp, gốc phiền não sâu. Như đám mây lớn che khuất mặt trời, nếu không có cơn gió mạnh thổi tan đi, ánh sáng mặt trời ắt không hiện ra được.

"Trí Bát-nhã lại cũng không có lớn nhỏ sai khác, chỉ vì tất cả chúng sanh tự tâm mê ngộ chẳng đồng. Tâm mê hướng chỗ thấy biết ra bên ngoài mà tu hành cầu tìm Phật, chưa thấy được tự tánh, tức là hàng căn cơ thấp. Nếu ngộ rõ pháp Đốn giáo này, chẳng vướng mắc việc tu hành ngoài tâm, chỉ tự trong tâm thường khởi thấy biết chân chánh, phiền não trần lao chẳng thể làm cho ô nhiễm, đó tức là thấy tánh.

"Các vị thiện tri thức! Trong ngoài chẳng trụ, qua lại tự do, trừ được tâm chấp trước, thông đạt không ngại, tu được hạnh ấy, so với Kinh Bát-nhã không sai khác gì nhau.

"Các vị thiện tri thức! Hết thảy kinh sách, văn tự hai thừa Đại, Tiểu, mười hai bộ kinh đều do trí người đặt ra, nhân tánh trí tuệ mà kiến lập. Nếu không có người đời, hết thảy muôn pháp vốn tự chẳng có. Cho nên biết rằng muôn pháp vốn do người mà khởi lên, hết thảy kinh sách vốn do người thuyết mà có. Bởi người có ngu, có trí, nên kẻ ngu làm thân thấp hèn, người trí làm bậc cao quý. Kẻ ngu hỏi nơi người trí; người trí thuyết pháp với kẻ ngu. Kẻ ngu chợt ngộ, hiểu rõ, tâm trí khai mở liền không khác gì người trí.

"Các vị thiện tri thức! Không ngộ thì Phật là chúng sanh,

một niệm ngộ rồi chúng sanh là Phật. Cho nên biết rằng muôn pháp đều ở nơi tự tâm. Vậy sao chẳng tự trong tâm mình trực nhận ra bản tánh chân như? Kinh Bồ Tát Giới nói: 'Tự tánh của ta vốn tự thanh tịnh. Nếu biết tự tâm, thấy bản tánh, hết thảy đều thành Phật đạo.' Kinh Tịnh Danh[1] nói: 'Hoát nhiên chợt nhận lại được bản tâm.'

"Các vị thiện tri thức! Ta ở nơi Hòa thượng Hoằng Nhẫn, vừa nghe pháp liền ngộ, nhìn thẳng ra bản tánh chân như. Bởi vậy nên mang giáo pháp này lưu hành, giúp cho kẻ học đạo trực nhận Bồ-đề. Mọi người nên tự quán xét tâm, tự thấy bản tánh. Nếu tự mình chẳng ngộ, nên tìm cầu bậc đại thiện tri thức giảng pháp Tối thượng thừa, chỉ thẳng đường ngay cho. Phải là bậc thiện tri thức có nhân duyên lớn, dạy dỗ, dắt dẫn, khiến cho được thấy tánh. Tất cả pháp lành nhờ nơi thiện tri thức mà phát khởi. Chư Phật ba đời, mười hai bộ kinh, vốn sẵn có đủ trong tánh người. Nếu không tự ngộ được, nên cầu thiện tri thức chỉ ra cho thấy. Nếu tự ngộ được, chẳng cần tìm cầu bên ngoài. Nếu cứ cố chấp rằng không người khai ngộ thì không giải thoát, thật không đúng lẽ. Vì sao vậy? Tự trong tâm có tri thức tự ngộ. Nếu khởi tà mê, vọng niệm điên đảo, dù có thiện tri thức bên ngoài dạy dỗ, cũng chẳng cứu được. Nếu khởi trí Bát-nhã chân chánh quán xét, tức thời các vọng niệm đều diệt mất. Nếu biết tự tánh, một khi ngộ rồi liền đến ngay cõi Phật.

"Các vị thiện tri thức! Trí tuệ quán xét, trong ngoài sáng rõ, biết tự bản tâm. Nếu biết bản tâm tức là gốc giải thoát. Nếu được giải thoát, tức là Bát-nhã Tam-muội. Bát-nhã Tam-muội, tức là vô niệm.

"Sao gọi là vô niệm? Nếu thấy tất cả các pháp mà tâm không đắm nhiễm, đó là vô niệm. Ứng dụng liền biến khắp

---

[1] Kinh Tịnh Danh: tên khác của Kinh Duy-ma-cật Sở thuyết, hay gọi tắt là Kinh Duy-ma.

hết mọi nơi, cũng chẳng vướng mắc hết thảy mọi nơi. Chỉ giữ tâm thanh tịnh, khiến sáu thức[1] ra khỏi sáu cửa,[2] ở giữa sáu trần[3] mà không nhiễm tạp. Đến đi tự tại, ứng dụng lưu thông không ngăn ngại, tức là Bát-nhã Tam-muội. Tự tại giải thoát, gọi là hạnh vô niệm. Nếu trăm việc đều thôi không nghĩ đến, dứt mọi tâm niệm, tức bị pháp trói buộc, gọi là kiến giải sai lệch.

"Các vị thiện tri thức! Người ngộ pháp vô niệm, muôn pháp đều thông hiểu, nhìn thấy cảnh giới chư Phật, đến được địa vị của Phật.

"Các vị thiện tri thức! Về sau có ai hiểu được pháp Đốn giáo này, lại cùng với người đồng kiến giải, đạo hạnh phát nguyện thọ trì như phụng thờ Phật, người ấy suốt đời chẳng còn thối chuyển, quyết chứng thánh quả. Vậy nên cần phải truyền trao nối tiếp giáo pháp xưa nay, chẳng được giấu giếm Chánh pháp. Nếu gặp người chẳng đồng kiến giải, đạo hạnh, riêng pháp này chẳng được truyền trao, chỉ làm tổn hại, rốt cùng vô ích. Vì e rằng kẻ ngu chẳng hiểu, chê bai pháp môn này, rồi trăm kiếp ngàn đời phải đoạn dứt hạt giống tánh Phật.

"Các vị thiện tri thức! Ta có một bài tụng Vô tướng, mọi người đều nên tụng. Người tại gia, xuất gia cũng chỉ cần y theo đây mà tu. Nếu chẳng tự tu, chỉ nhớ lời ta nói cũng chẳng ích gì. Hãy nghe bài tụng đây:

Thuyết thông tâm cũng thông,
Như mặt nhật trên không.
Chỉ truyền pháp thấy tánh,
Ra đời phá tà tông.

---

[1] Nhãn thức, nhĩ thức, tỷ thức, thiệt thức, thân thức, ý thức (sự thấy, sự nghe, sự ngửi, sự nếm, sự biết về xúc động, sự biết về tâm ý).

[2] Năm cửa ngoài là mắt, tai, mũi, lưỡi, thân; một cửa trong là ý.

[3] Sắc, thanh, hương, vị, xúc, pháp.

Pháp vốn không đốn, tiệm,
Mê ngộ có chậm, mau.
Chỉ pháp thấy tánh này,
Người ngu không thể hiểu.

Giảng thuyết tuy muôn đường,
Lý hợp lại thành một.
Trong nhà tối phiền não,
Mặt trời tuệ nên soi.

Tà đến, phiền não đến,
Chánh khởi, phiền não trừ.
Chánh, tà đều chẳng dụng.
Thanh tịnh đến Vô dư.

Bồ-đề vốn tự tánh,
Khởi tâm tức là vọng.
Tâm tịnh trong chỗ vọng,
Chân chánh, trừ ba chướng.

Người đời nếu tu đạo,
Hết thảy chẳng gây hại.
Thường tự xét lỗi mình,
Là với đạo hợp nhau.

Sắc loài tự có đạo,
Chớ làm não hại nhau.
Lìa đạo, riêng tìm đạo,
Trọn đời chẳng thấy đạo.
Lao đao trọn một đời,
Rốt cùng vẫn phiền não!

Muốn thấy Đạo chân chánh,
Làm việc đúng, là Đạo.
Tự mình không tâm Đạo,
Ám muội, sao thấy Đạo?

Nếu người thật tu hành,
Chẳng nói lỗi thế gian,
Nếu bàn lỗi người khác,
Tự mình lỗi, không khác.

Người quấy, ta không quấy,
Ta quấy, lỗi tại ta.
Chỉ tự trừ tâm quấy,
Trừ sạch, hết phiền não.

Ghét, yêu chẳng bận lòng,
Duỗi chân dài thanh thản.

Lòng muốn độ kẻ khác,
Nên tự biết phương tiện.
Khéo trừ sạch nghi ngờ,
Tự tánh tự hiển hiện.

Pháp Phật giữa thế gian,
Không lìa thế gian giác.
Lìa thế gian cầu Phật,
Như kẻ tìm sừng thỏ!
Chánh kiến là thoát tục,
Tà kiến là thế gian.
Chánh, tà đều dứt sạch,
Tánh Bồ-đề hiển lộ.

Tụng này là Đốn giáo,
Cũng gọi: Đại Pháp Thuyền.[1]
Mê nghe qua nhiều kiếp,
Ngộ chỉ sát-na thành."

Sư lại nói: "Nay tại chùa Đại Phạm giảng pháp Đốn giáo này, nguyện cho tất cả chúng sanh vừa nghe liền được thấy Tánh, thành Phật."

---

[1] Con thuyền Pháp lớn, ý nói cứu độ được nhiều người.

Khi ấy, Vi Sứ quân cùng các vị quan liêu và người đạo kẻ tục, nghe lời thuyết giảng của Sư rồi, hết thảy đều tỉnh ngộ, đồng thời làm lễ, xưng tán rằng: "Hay thay! Ngờ đâu xứ Lãnh Nam này có Phật ra đời!"

◆ HÁN VĂN

疑問

NGHI VẤN

品第三

Phẩm đệ tam

一日。韋刺史為師設大會齋。齋訖,刺史請師陞座,同官僚,士庶,肅容再拜。問曰。

Nhất nhật, Vi Thứ sử vị Sư thiết đại hội trai. Trai ngật, Thứ sử thỉnh Sư thăng tòa, đồng quan liêu, sĩ thứ túc dong tái bái, vấn viết:

弟子聞和尚說法,實不可思議。今有少疑,願大慈悲,特為解說。

"Đệ tử văn Hòa thượng thuyết pháp, thật bất khả tư nghị. Kim hữu thiểu nghi, nguyện đại từ bi, đặc vị giải thuyết."

師曰。有疑即問,吾當為說。

Sư viết: "Hữu nghi tức vấn, ngô đương vị thuyết."

韋公曰。和尚所說,可不是達磨大師宗旨乎。

Vi công viết: "Hòa thượng sở thuyết, khả bất thị Đạt-ma Đại sư tông chỉ hồ?"

師曰。是。

Sư viết: "Thị."

公曰。弟子聞達磨初化梁武帝,帝問云。朕一生造寺,度僧,布施,設齋,有何功德。達磨言。實無功德。弟子未達此理,願和尚為說。

Công viết: "Đệ tử văn Đạt-ma sơ hóa Lương Võ Đế, Đế vấn vân: 'Trẫm nhất sanh tạo tự, độ tăng, bố thí, thiết trai, hữu hà công đức?' Đạt-ma ngôn: 'Thật vô công đức.' Đệ tử vị đạt thử lý, nguyện Hòa thượng vị thuyết."

師曰。實無功德。勿疑先聖之言。武帝心邪,不知正法。造寺,度僧,布施,設齋,名為求福。不可將福便為功德。功德在法身中,不在修福。

Sư viết: "Thật vô công đức. Vật nghi tiên thánh chi ngôn. Võ Đế tâm tà, bất tri Chánh pháp. Tạo tự, độ tăng, bố thí, thiết trai, danh vi cầu phước, bất khả tương phước tiện vi công đức. Công đức tại Pháp thân trung, bất tại tu phước."

師又曰。見性是功,平等是德。念念無滯,常見本性,真實妙用,名為功德。內心謙下是功,外行於禮是德。自性建立萬法是功,心體離念是德。不離自性是功,應用無染是德。若覓功德法身,但依此作。是真功德。若修功德之人,心即不輕,常行普敬。心常輕人,吾我不斷,即自無功。自性虛妄不實,即自無德。為吾我自大,常輕一切故。

Sư hựu viết: "Kiến tánh thị công, bình đẳng thị đức. Niệm niệm vô trệ, thường kiến bản tánh, chân thật diệu dụng, danh vi công đức. Nội tâm khiêm hạ thị công, ngoại hành ư lễ thị đức. Tự tánh kiến lập vạn pháp thị công, tâm thể ly niệm

NGHI VẤN

thị đức. Bất ly tự tánh thị công, ứng dụng vô nhiễm thị đức. Nhược mịch công đức Pháp thân, đãn y thử tác, thị chân công đức. Nhược tu công đức chi nhân, tâm tức bất khinh, thường hành phổ kính. Tâm thường khinh nhân, ngô ngã bất đoạn, tức tự vô công, tự tánh hư vọng bất thật, tức tự vô đức. Vị ngô ngã tự đại, thường khinh nhất thiết cố.

善知識。念念無間是功，心行平直是德。自修性是功，自修身是德。

"Thiện tri thức! Niệm niệm vô gián thị công; tâm hành bình trực thị đức. Tự tu tánh thị công, tự tu thân thị đức.

善知識。功德須自性內見，不是布施，供養之所求也。是以福德與功德別。武帝不識真理，非我祖師有過。

"Thiện tri thức! Công đức tu tự tánh nội kiến, bất thị bố thí, cúng dường chi sở cầu dã. Thị dĩ phước đức dữ công đức biệt. Võ Đế bất thức chân lý, phi ngã Tổ Sư hữu quá."

刺史又問曰。弟子常見僧俗念阿彌陀佛，願生西方，請和尚說得生彼否。願為破疑。

Thứ sử hựu vấn viết: "Đệ tử thường kiến tăng tục niệm A-di-đà Phật, nguyện sanh Tây phương, thỉnh Hòa thượng thuyết đắc sanh bỉ phủ? Nguyện vị phá nghi."

師言。使君善聽。惠能與說。

Sư ngôn: "Sứ quân thiện thính, Huệ Năng dữ thuyết.

世尊在舍衛城中，說西方引化。經文分明去此不遠。若論相說里數，有十萬億剎。即身中十惡等障，便是說遠。說遠，為其下根。說近，為其上智。人有兩種，法無兩般。迷悟有殊，見有遲疾。迷人念佛求生於彼，悟人自淨其心。所以佛言，隨其心淨即佛土淨。使君。東方人但心淨即無罪。雖西方人，心不淨亦有愆。東方人造罪，念佛求生西方。西方人造罪，念佛求生何國。凡愚不了自性，不識身中淨土，願東願西。悟人在處一般。所以佛言，隨所住處恒安樂。使君。心地但無不善，西方去此不遙。若懷不善之心，念佛往生難到。

"Thế Tôn tại Xá-xệ thành trung, thuyết Tây phương dẫn hóa, kinh văn phân minh khứ thử bất viễn. Nhược luận tương thuyết lý số hữu thập vạn ức sát, tức thân trung thập ác đẳng chướng, tiện thị thuyết viễn. Thuyết viễn, vị kỳ hạ căn; thuyết cận, vị kỳ thượng trí. Nhân hữu lưỡng chủng, pháp vô lưỡng ban. Mê ngộ hữu thù, kiến hữu trì, tật. Mê nhân niệm Phật cầu sanh ư bỉ; ngộ nhân tự tịnh kỳ tâm. Sở dĩ Phật ngôn: 'Tùy kỳ tâm tịnh, tức Phật độ tịnh.' Sứ quân! Đông phương nhân đãn tâm tịnh tức vô tội. Tuy Tây phương nhân, tâm bất tịnh diệc hữu khiên. Đông phương nhân tạo tội, niệm Phật cầu sanh Tây phương; Tây phương nhân tạo tội, niệm Phật cầu sanh hà quốc? Phàm ngu bất liễu tự tánh, bất thức thân trung Tịnh độ, nguyện Đông, nguyện Tây. Ngộ nhân tại xứ nhất ban. Sở dĩ Phật ngôn: 'Tùy sở trụ xứ hằng an lạc.' Sứ quân! Tâm địa đãn vô bất thiện, Tây phương khứ thử bất diêu. Nhược hoài bất thiện chi tâm, niệm Phật vãng sanh nan đáo.

今勸善知識。先除十惡，即行十萬億剎，即除十惡等障。念念見性，常行平直，到如彈指，便睹彌陀。使君。但行十善，何須更願往生。不斷

NGHI VẤN

十惡之心，何佛即來迎請。若悟無生頓法，見西方只在剎那。不悟，念佛求生，路遙如何得達。惠能與諸人移西方於剎那間，目前便見。各願見否。

"Kim khuyến thiện tri thức: Tiên trừ thập ác, tức hành thập vạn ức sát, tức trừ thập ác đẳng chướng. Niệm niệm kiến tánh, thường hành bình trực, đáo như đàn chỉ, tiện đổ Di-đà. Sứ quân! Đãn hành thập thiện, hà tu cánh nguyện vãng sanh? Bất đoạn thập ác chi tâm, hà Phật tức lai nghinh thỉnh? Nhược ngộ vô sanh Đốn pháp, kiến Tây phương chỉ tại sát-na. Bất ngộ, niệm Phật cầu sanh, lộ diêu như hà đắc đạt? Huệ Năng dữ chư nhân di Tây phương ư sát-na gian, mục tiền tiện kiến. Các nguyện kiến phủ?"

眾皆頂禮云。若此處見，何須更願往生。願和尚慈悲，便現西方，普令得見。

Chúng giai đỉnh lễ vân: "Nhược thử xứ kiến, hà tu cánh nguyện vãng sanh? Nguyện Hòa thượng từ bi, tiện hiện Tây phương, phổ linh đắc kiến."

師言。大眾。世人自色身是城，眼耳鼻舌是門。外有五門，內有意門。心是地，性是王。王居心地上。性在，王在。性去，王無。性在，身心存。性去，身心壞。佛向性中作，莫向身外求。

Sư ngôn: "Đại chúng! Thế nhân tự sắc thân thị thành, nhãn, nhĩ, tỷ, thiệt thị môn. Ngoại hữu ngũ môn, nội hữu ý môn. Tâm thị địa, tánh thị vương. Vương cư tâm địa thượng. Tánh tại, vương tại; tánh khứ, vương vô. Tánh tại, thân tâm tồn; tánh khứ, thân tâm hoại. Phật hướng tánh trung tác, mạc hướng thân ngoại cầu.

自性迷，即是眾生。自性覺，即是佛。慈悲即是觀音。喜捨名為勢至。能淨即釋迦。平直即彌陀。人我是須彌。邪心是海水。煩惱是波浪。毒害是惡龍。虛妄是鬼神。塵勞是魚鱉。貪瞋是地獄。愚癡是畜生。

"Tự tánh mê, tức thị chúng sanh: tự tánh giác, tức thị Phật. Từ bi tức thị Quán Âm, hỷ xả danh vi Thế Chí. Năng tịnh tức Thích-ca. Bình trực tức Di-đà. Nhân ngã thị Tu-di. Tà tâm thị hải thủy. Phiền não thị ba lãng. Độc hại thị ác long. Hư vọng thị quỷ thần. Trần lao thị ngư miết. Tham sân thị địa ngục. Ngu si thị súc sanh.

善知識。常行十善，天堂便至。除人我，須彌倒。去邪心，海水竭。煩惱無，波浪滅。毒害亡，魚龍絕。自心地上，覺性如來放大光明，外照六門清淨。能破六欲諸天。自性內照，三毒即除。地獄等罪，一時銷滅。內外明徹，不異西方。不作此修，如何到彼。

"Thiện tri thức! Thường hành thập thiện, thiên đường tiện chí. Trừ nhân ngã, Tu-di đảo. Khử tà tâm, hải thủy kiệt. Phiền não vô, ba lãng diệt. Độc hại vong, ngư long tuyệt. Tự tâm địa thượng, giác tánh Như Lai phóng đại quang minh, ngoại chiếu lục môn thanh tịnh, năng phá lục dục chư thiên. Tự tánh nội chiếu, tam độc tức trừ. Địa ngục đẳng tội, nhất thời tiêu diệt. Nội ngoại minh triệt, bất dị Tây phương. Bất tác thử tu, như hà đáo bỉ?"

大眾聞說了然見性，悉皆禮拜，俱歎。善哉。唱言。普願法界眾生聞者一時悟解。

NGHI VẤN

Đại chúng văn thuyết liễu nhiên kiến tánh, tất giai lễ bái, câu thán: "Thiện tai!" Xướng ngôn: "Phổ nguyện pháp giới chúng sanh văn giả nhất thời ngộ giải."

師言。善知識。若欲修行，在家亦得，不由在寺。在家能行，如東方人心善。在寺不修，如西方人心惡。但心清淨，即是自性西方。

Sư ngôn: "Thiện tri thức! Nhược dục tu hành, tại gia diệc đắc, bất do tại tự. Tại gia năng hành, như Đông phương nhân tâm thiện. Tại tự bất tu, như Tây phương nhân tâm ác. Đãn tâm thanh tịnh, tức thị tự tánh Tây phương."

韋公又問。在家如何修行。願為教授。

Vi công hựu vấn: "Tại gia như hà tu hành? Nguyện vi giáo thọ."

師言。吾與大眾說無相頌。但依此修，常與吾同處無別。若不作此修，剃髮出家，於道何益。

Sư ngôn: "Ngô dữ đại chúng thuyết 'Vô tướng tụng'. Đãn y thử tu, thường dữ ngô đồng xứ vô biệt. Nhược bất tác thử tu, thế phát xuất gia, ư đạo hà ích?"

頌曰。

Tụng viết:

心平何勞持戒。
行直何用修禪。
恩則孝養父母。
義則上下相連。

Tâm bình, hà lao trì giới:
Hành trực, hà dụng tu thiền?

Ân tắc hiếu dưỡng phụ mẫu,
Nghĩa tắc thượng hạ tương liên.

讓則尊卑和睦。
忍則眾惡無諠。
若能鑽木取火。
淤泥定生紅蓮。

Nhượng tắc tôn ty hòa mục;
Nhẫn tắc chúng ác vô huyên.
Nhược năng toàn mộc thủ hỏa,
Ứ nê định sanh hồng liên.

苦口的是良藥，
逆耳必是忠言。
改過必生智慧，
護短心內非賢。

Khổ khẩu đích thị lương dược,
Nghịch nhĩ tất thị trung ngôn.
Cải quá, tất sanh trí tuệ,
Hộ đoản, tâm nội phi hiền.

日用常行饒益，
成道非由施錢。
菩提只向心覓，
何勞向外求玄。

Nhật dụng thường hành nhiêu ích,
Thành đạo phi do thí tiền.
Bồ-đề chỉ hướng tâm mịch,
Hà lao hướng ngoại cầu huyền?

聽說依此修行，
天堂只在目前。

NGHI VẤN

Thính thuyết, y thử tu hành,
Thiên đường chỉ tại mục tiền.

師復曰。善知識。總須依偈修行，見取自性，直成佛道。法不相待。

Sư phụ viết: "Thiện tri thức! Tổng tu y kệ tu hành, kiến thủ tự tánh, trực thành Phật đạo. Pháp bất tương đãi.

眾人且散，吾歸曹溪。眾若有疑，卻來相問。

"Chúng nhân thả tán, ngô quy Tào Khê. Chúng nhược hữu nghi, khước lai tương vấn."

時刺史官僚。在會善男信女。各得開悟。信受奉行。

Thời, Thứ sử, quan liêu tại hội, thiện nam, tín nữ các đắc khai ngộ, tín thọ, phụng hành.

❖ **VIỆT VĂN**

PHẨM THỨ III

NGHI VẤN

Một ngày kia, Vi Thứ sử thiết lập hội trai cúng dường Sư. Thọ trai xong, Thứ sử thỉnh Sư lên tòa, rồi cùng các vị quan liêu và sĩ thứ nghiêm trang lễ bái mà thưa hỏi rằng: "Đệ tử nghe Hòa thượng thuyết pháp, thật chẳng thể nghĩ bàn. Nay có chút lòng nghi, xin Hòa thượng đại từ bi vì chúng đệ tử mà giảng giải."

Sư nói: "Có điều nghi cứ hỏi, ta sẽ giảng thuyết cho."

Vi công thưa: "Giáo thuyết của Hòa thượng có phải là tông chỉ của Đại sư Đạt-ma chăng?"

Sư đáp: "Đúng vậy."

Vi công nói: "Đệ tử nghe chuyện Đạt-ma thuở xưa giáo hóa cho Lương Võ Đế. Vua hỏi: 'Một đời trẫm cất chùa, cúng dường tăng, bố thí, làm chay, có công đức gì không?' Đạt-ma đáp: 'Thật không công đức gì.' Đệ tử chưa hiểu lẽ ấy, xin Hòa thượng giảng giải cho."

Sư đáp: "Thật không có công đức. Đừng nghi ngờ lời của bậc Thánh đời trước. Võ Đế lòng mê, chẳng rõ pháp chánh. Cất chùa, cúng dường tăng, bố thí, làm chay, gọi là cầu phước. Không thể lấy phước ấy mà xem là công đức. Công đức ở nơi Pháp thân, chẳng phải ở sự tu phước."

Sư lại nói: "Thấy tánh là công, bình đẳng là đức. Mỗi niệm tưởng không ngăn ngại, thường thấy bản tánh, chân thật diệu dụng, gọi là công đức. Trong lòng khiêm nhượng là công, việc làm theo lễ là đức. Tự tánh sanh ra muôn pháp là công, tâm lìa vọng niệm là đức. Chẳng rời tự tánh là công, ứng dụng mà không đắm nhiễm là đức. Muốn tìm Pháp thân công đức, cứ nương theo đó mà làm, ấy là công đức chân thật.

"Nếu người tu công đức thì lòng chẳng khinh mạn, thường cung kính hết thảy. Lòng hay khinh người, tánh tự tôn chẳng dứt là tự mình không có công, tánh hư vọng chẳng thật là tự mình không có đức. Vì tánh tự đại tự tôn, nên thường khinh hết thảy.

"Các vị thiện tri thức! Chánh niệm không gián đoạn là công; trong tâm công bình, chánh trực là đức. Tự tu tánh mình là công, tự tu thân mình là đức.

"Các vị thiện tri thức! Công đức nên nhìn từ trong tự tánh, không phải do bố thí, cúng dường mà cầu được. Bởi vậy, phước đức với công đức khác nhau. Võ Đế chẳng biết chân lý, không phải lỗi nơi Tổ Sư ta."

Quan Thứ sử lại hỏi: "Đệ tử thường thấy người xuất gia, tại gia niệm Phật A-di-đà, cầu sanh Tây phương. Xin Hòa thượng vì trừ chỗ nghi ngờ mà giảng cho việc có được sanh về nơi ấy hay không."

Sư nói: "Sứ quân hãy lắng nghe Huệ Năng giảng giải việc ấy. Đức Thế Tôn nơi thành Xá-vệ thuyết việc sanh về Tây phương, Kinh nói rõ ràng đến đó không xa. Nếu theo cách nói về hình tướng, thì đường dài là qua mười muôn ức cõi, chính là nói mười điều ác ngăn trở trong thân người, nên nói là xa. Nói xa, là với những kẻ căn cơ thấp kém. Nói gần, là với những bậc thượng trí.

"Người có hai loại, pháp không hai đường. Mê, ngộ khác nhau, chỗ hiểu biết có mau, chậm. Người mê niệm Phật cầu sanh Tây phương, người ngộ chỉ tự làm tâm tịnh. Cho nên Phật nói: 'Tùy tâm mình tịnh, tức cõi Phật tịnh.' Sứ quân! Người phương Đông, chỉ cần tâm tịnh tức là không có tội. Dù là người phương Tây[1] mà tâm chẳng tịnh cũng có lỗi. Người phương Đông tạo tội, niệm Phật cầu sanh phương Tây. Người phương Tây tạo tội, biết niệm Phật cầu sanh cõi nào? Người ngu chẳng hiểu tự tánh, không biết có cõi Tịnh độ trong thân, mới nguyện Đông, nguyện Tây. Người ngộ dù ở đâu cũng vậy. Cho nên Phật nói: 'Tùy chỗ mình ở mà thường an vui.'

"Sứ quân! Chỉ cần tâm thiện thì Tây phương chẳng xa. Nếu giữ hoài tâm bất thiện, niệm Phật cũng khó vãng sanh.

"Nay khuyên các vị thiện tri thức: Trước trừ mười điều ác, tức là qua được mười muôn cõi nước, trừ được mười sự ác chướng ngăn che. Mỗi niệm thường thấy tánh, thường làm chuyện công bằng, chánh trực, thì đến nơi như búng móng tay, liền thấy Phật Di-đà.

"Sứ quân! Chỉ cần làm mười điều lành, cần gì phải nguyện vãng sanh? Nếu tâm chẳng dứt mười điều ác, Phật nào đến rước? Nếu ngộ pháp Vô sanh Đốn giáo, thì thấy Tây phương ngay trong giây lát. Chẳng ngộ, niệm Phật cầu sanh, đường xa làm sao mà đến? Huệ Năng sẽ vì chư vị, dời Tây phương về trước mắt trong giây lát. Mọi người muốn thấy hay chăng?"

Mọi người đều đảnh lễ, bạch rằng: "Nếu tại đây được thấy, cần chi phải nguyện vãng sanh. Xin Hòa thượng từ bi hiện cõi Tây phương cho chúng tôi được thấy."

Sư nói: "Này đại chúng! Người đời, sắc thân là thành quách, mắt, tai, mũi, lưỡi đều là cửa. Ngoài có năm cửa, trong có một cửa là ý. Tâm là cõi đất, tánh là vua. Vua ở trên đất tâm. Tánh còn thì vua còn, tánh đi thì vua mất. Tánh còn thì thân tâm còn, tánh đi thì thân tâm hoại. Phật do trong tánh khởi lên, đừng cầu tìm ở bên ngoài.

"Tự tánh ngu mê là chúng sanh, tự tánh giác ngộ là Phật. Từ bi là Quán Âm. Hỷ xả là Thế Chí. Thường tịnh tức Thích-

---

[1] Phương Đông là chỉ cõi Ta-bà này, phương Tây là chỉ cõi Cực Lạc của Phật A-di-đà.

ca. Bình trực là Di-đà. Tâm chấp ngã là núi Tu-di, tâm tà là biển cả. Phiền não là sóng cuộn. Độc hại là rồng dữ. Hư vọng là quỉ thần. Trần lao là cá trạnh. Tham sân là địa ngục, ngu si là súc sanh.

"Các vị thiện tri thức! Thường làm mười điều lành thì thiên đường tự đến. Trừ tâm chấp ngã thì làm đổ núi Tu-di. Bỏ tâm tà thì biển cả khô cạn. Phiền não không còn thì sóng cuộn phải yên. Độc hại quên đi thì cá, rồng phải diệt. Tự trong tâm địa là tánh giác Như Lai, phóng ánh đại quang minh, chiếu ra sáu cửa đều thanh tịnh, phá được các cõi trời Lục dục.[1] Tự tánh soi chiếu bên trong, ba độc[2] liền trừ, các tội địa ngục đồng thời tiêu diệt. Trong ngoài sáng rỡ chẳng khác Tây phương. Còn nếu không tu hành như vậy, làm sao tới được nơi đó?"

Đại chúng nghe giảng thuyết, rõ ràng thấy tánh, cùng nhau lễ bái, xưng tán, nguyện rằng: "Lành thay! Nguyện cho hết thảy chúng sanh nghe được pháp này đều tức thời tỏ ngộ."

Sư nói: "Các vị thiện tri thức! Nếu muốn tu hành, tại gia cũng tu được, không nhất thiết phải đến ở chùa. Tại gia thường tu hành, như người phương Đông mà tâm thiện. Ở chùa chẳng tu hành, như người phương Tây mà tâm ác. Chỉ giữ tâm thanh tịnh, tức là tự tánh Tây phương."

Vi công lại hỏi: "Tại gia tu hành như thế nào? Xin Đại sư chỉ dạy cho biết."

Sư đáp: "Ta thuyết với đại chúng bài tụng 'Vô tướng'. Chỉ theo đó mà tu, như thường ở bên ta. Nếu chẳng theo đó mà tu, dầu cạo tóc xuất gia trong đạo cũng có ích gì?"

---

[1] Lục dục chư thiên: Sáu cảnh trời thuộc trong cõi Dục giới: Tứ thiên vương thiên, Đao-lỵ thiên (cũng gọi là Tam thập tam thiên), Dạ-ma thiên, Đâu-suất thiên, Lạc biến hóa thiên, Tha hóa tự tại thiên.

[2] Ba độc: tham, sân, si.

Tụng rằng:

Tâm bình đẳng cần chi trì giới?
Hạnh chánh trực há đợi tu thiền?
Ân thời hiếu dưỡng mẹ cha,
Nghĩa thời kính trên, nhường dưới.

Nhường nhịn, trên dưới thuận hòa,
Nhẫn nhục, chuyện dữ lắng yên.
Nếu biết lấy lửa ở cây,[1]
Bùn nhơ nở đóa sen hồng.[2]

Đắng miệng mới là thuốc tốt,
Lời ngay ắt phải chướng tai.
Sửa lỗi, trí tuệ ắt sanh,
Điều xấu giấu che chẳng tốt.

Hằng ngày làm việc lợi ích,
Đạo thành chẳng do thí tiền.
Bồ-đề chỉ tự trong tâm,
Nhọc chi hướng ngoại cầu tìm?

Nghe thuyết, y vậy tu hành,
Thiên đường hiện ngay trước mắt.

Sư lại nói: "Các vị thiện tri thức! Mọi người nên y theo kệ ấy mà tu, sẽ thấy được tự tánh, thẳng đến quả Phật. Các pháp chẳng chờ đợi nhau. Các ngươi nên giải tán đi, ta về Tào Khê. Nếu có điều chi nghi ngờ, cứ đến đó hỏi."

Khi ấy, Thứ sử và quan liêu, thiện nam, tín nữ trong Pháp hội đều được khai ngộ, tin lãnh giáo thuyết, kính cẩn theo đó thực hành.

---

[1] Muốn lấy lửa ở cây thì phải cọ hai khúc cây một cách mạnh mẽ, không ngừng nghỉ, cho tới chừng được lửa mới thôi. Tu hành cũng như thế, phải tinh tấn mãi mà diệt các sở dục thì mới đắc quả.

[2] Sen tuy từ dưới bùn sinh mà mọc lên, nhưng không ô nhiễm; người tu thành đạo cũng từ trong cõi ác trược mà thoát ra.

❖ **HÁN VĂN**

定慧

ĐỊNH TUỆ

品第四

Phẩm đệ tứ

師示眾云。善知識。我此法門以定慧為本。大眾。勿迷言定慧別。定慧一體,不是二。定是慧體,慧是定用。即慧之時,定在慧。即定之時,慧在定。若識此義,即是定慧等學。諸學道人。莫言先定發慧,先慧發定,各別。作此見者,法有二相,口說善語,心中不善,空有定慧,定慧不等。若心口俱善,內外一種。定慧即等。自悟修行,不在於諍。若諍先後,即同迷人。不斷勝負,卻增我法,不離四相。

Sư thị chúng vân: "Thiện tri thức! Ngã thử Pháp môn dĩ định tuệ vi bản. Đại chúng! Vật mê ngôn định tuệ biệt. Định tuệ nhất thể, bất thị nhị. Định thị tuệ thể, tuệ thị định dụng. Tức tuệ chi thời, định tại tuệ. Tức định chi thời, tuệ tại định. Nhược thức thử nghĩa, tức thị định tuệ đẳng học. Chư học đạo nhân! Mạc ngôn: Tiên định phát tuệ, tiên tuệ phát định, các biệt. Tác thử kiến giả, pháp hữu nhị tướng: khẩu thuyết thiện ngữ, tâm trung bất thiện, không hữu định tuệ, định tuệ bất đẳng. Nhược tâm khẩu câu thiện, nội ngoại nhất chủng, định tuệ tức đẳng. Tự ngộ tu hành, bất tại ư tránh. Nhược tránh tiên hậu, tức đồng mê nhân, bất đoán thắng phụ, khước tăng ngã pháp, bất ly tứ tướng.

善知識。定慧猶如何等。猶如燈光，有燈即光，無燈即闇。燈是光之體，光是燈之用。名雖有二，體本同一。此定慧法，亦復如是。

"Thiện tri thức! Định, tuệ du như hà đẳng? Du như đăng, quang: hữu đăng tức quang, vô đăng tức ám. Đăng thị quang chi thể, quang thị đăng chi dụng. Danh tuy hữu nhị, thể bản đồng nhất. Thử định tuệ pháp, diệc phục như thị."

師示眾云。善知識。一行三昧者，於一切處，行住坐臥，常行一。直心是也。如淨名經云。直心是道場。直心是淨土。莫心行諂曲，口但說直。口說一行三昧，不行直心。但行直心，於一切法，勿有執著。迷人著法相，執一行三昧。直言。坐不動，妄不起心，即是一行三昧。作此解者，即同無情，卻是障道因緣。

Sư thị chúng vân: "Thiện tri thức! Nhất hạnh tam muội giả: ư nhất thiết xứ, hành trụ tọa ngọa thường hành nhất. Trực tâm thị dã. Như Tịnh Danh kinh vân: 'Trực tâm thị Đạo tràng, trực tâm thị Tịnh độ.' Mạc tâm hành siểm khúc, khẩu đãn thuyết trực. Khẩu thuyết Nhất hạnh Tam-muội, bất hành trực tâm. Đãn hành trực tâm, ư nhất thiết pháp, vật hữu chấp trước. Mê nhân trước pháp tướng, chấp Nhất hạnh Tam-muội, trực ngôn: 'Tọa bất động, vọng bất khởi tâm, tức thị Nhất hạnh Tam-muội.' Tác thử giải giả, tức đồng vô tình, khước thị chướng đạo nhân duyên.

善知識。道須通流，何以卻滯。心不住法，道即通流。心若住法，名為自縛。

"Thiện tri thức! Đạo tu lưu thông, hà dĩ khước trệ? Tâm bất trụ pháp, đạo tức lưu thông. Tâm nhược trụ pháp, danh vi tự phược.

若言坐不動是，只如舍利弗宴坐林中，卻被維摩詰訶。

"Nhược ngôn tọa bất động thị, chỉ như Xá-lợi-phất yến tọa lâm trung, khước bị Duy-ma-cật ha.

善知識。又有人教坐，看心觀靜，不動，不起，從此置功。迷人不會，便執成顛。如此者眾。如是相教，故知大錯。

"Thiện tri thức! Hựu hữu nhân giáo tọa, khán tâm quán tĩnh, bất động, bất khởi, tùng thử trí công. Mê nhân bất hội, tiện chấp thành điên. Như thử giả chúng. Như thị tương giáo, cố tri đại thác."

師示眾云。善知識，本來正教，無有頓漸。人性自有利鈍。迷人漸修，悟人頓契。自識本心，自見本性，即無差別。所以立頓漸之假名。

Sư thị chúng vân: "Thiện tri thức! Bản lai chánh giáo, vô hữu đốn tiệm. Nhân tánh tự hữu lợi độn, Mê nhân tiệm tu, ngộ nhân đốn khế. Tự thức bản tâm, tự kiến bản tánh, tức vô sai biệt. Sở dĩ lập đốn tiệm chi giả danh.

善知識。我此法門，從上以來，先立無念為宗，無相為體，無住為本。無相者，於相而離相。無念者，於念而無念。無住者，人之本性，於世間善惡，好醜，乃至冤之與親，言語，觸刺，欺爭之時，並將為空，不思酬害。

"Thiện tri thức! Ngã thử Pháp môn, tùng thượng dĩ lai, tiên lập vô niệm vi tông, vô tướng vi thể, vô trụ vi bản. Vô tướng giả, ư tướng nhi ly tướng. Vô niệm giả, ư niệm nhi vô niệm. Vô trụ giả, nhân chi bản tánh, ư thế gian thiện ác, hảo xú, nãi chí oán chi dữ thân, ngôn ngữ, xúc thích, khi tranh chi thời, tịnh tương vi không, bất tư thù hại.

念念之中，不思前境。若前念，今念，後念，念念相續不斷，名為繫縛。於諸法上，念念不住，即無縛也。此是以無住為本。

"Niệm niệm chi trung, bất tư tiền cảnh. Nhược tiền niệm, kim niệm, hậu niệm, niệm niệm tương tục bất đoạn, danh vi hệ phược. Ư chư pháp thượng, niệm niệm bất trụ, tức vô phược giả. Thử thị dĩ vô trụ vi bổn.

善知識。外離一切相，名為無相。能離於相，則法體清淨。此是以無相為體。

"Thiện tri thức! Ngoại ly nhất thiết tướng, danh vi vô tướng. Năng ly ư tướng, tắc pháp thể thanh tịnh. Thử thị dĩ vô tướng vi thể.

善知識。於諸境上心不染，曰無念。於自念上常離諸境，不於境上生心。若只百物不思，念盡除卻。一念絕即死，別處受生，是為大錯。學道者思之。若不識法意，自錯猶可，更誤他人。自迷不見，又謗佛經。所以立無念為宗。

"Thiện tri thức! Ư chư cảnh thượng tâm bất nhiễm, viết vô niệm. Ư tự niệm thượng thường ly chư cảnh, bất ư cảnh thượng sanh tâm. Nhược chỉ bách vật bất tư, niệm tận trừ khước. Nhất niệm tuyệt tức tử, biệt xứ thọ sanh, thị vi đại thác. Học đạo giả tư chi. Nhược bất thức pháp ý, tự thác du khả, cánh khuyến tha nhân! Tự mê bất kiến, hựu báng Phật kinh. Sở dĩ lập vô niệm vi tông.

善知識。云何立無念為宗。只緣口說見性，迷人於境上有念，念上便起邪見。一切塵勞妄想從此而sinh。自性本無一法可得。若有所得,妄說禍福,即是塵勞邪見。故此法門立無念為宗。

"Thiện tri thức! Vân hà lập vô niệm vi tông? Chỉ duyên khẩu thuyết kiến tánh, mê nhân ư cảnh thượng hữu niệm, niệm thượng tiện khởi tà kiến. Nhất thiết trần lao vọng tưởng tùng thử nhi sanh. Tự tánh bản vô nhất pháp khả đắc. Nhược hữu sở đắc, vọng thuyết họa phước, tức thị trần lao tà kiến. Cố thử Pháp môn lập vô niệm vi tông.

善知識。無者,無何事。念者,念何物。無者,無二相。無諸塵勞之心。念者,念真如本性。真如即是念之體。念即是真如之用。真如自性起念,非眼耳鼻舌能念。真如有性,所以起念。真如若無。眼耳色聲當時即壞。

"Thiện tri thức! Vô giả, vô hà sự? Niệm giả, niệm hà vật? Vô giả, vô nhị tướng, vô chư trần lao chi tâm. Niệm giả, niệm chân như bản tánh. Chân như tức thị niệm chi thể. Niệm tức thị chân như chi dụng. Chân như tự tánh khởi niệm, phi nhãn, nhĩ, tỷ, thiệt năng niệm. Chân như hữu tánh, sở dĩ khởi niệm. Chân như nhược vô, nhãn, nhĩ, sắc, thinh đương thời tức hoại.

善知識。真如自性起念,六根雖有見聞覺知,不染萬境,而真性常自在。故經云。能善分別諸法相,於第一義而不動。

"Thiện tri thức! Chân như tự tánh khởi niệm, lục căn tuy hữu kiến, văn, giác, tri, bất nhiễm vạn cảnh, nhi chân tánh thường tự tại. Cố Kinh vân: 'Năng thiện phân biệt chư pháp tướng, ư đệ nhất nghĩa nhi bất động.'"

❖ VIỆT VĂN

PHẨM THỨ IV

ĐỊNH VÀ TUỆ

Sư dạy chúng rằng: "Các vị thiện tri thức! Pháp môn này của ta lấy định và tuệ làm gốc. Đại chúng đừng mê lầm cho rằng định và tuệ khác nhau. Định và tuệ là một thể, chẳng hai. Định là thể tánh của tuệ. Tuệ là chỗ dụng của định. Trong lúc có tuệ thì định ở nơi tuệ, trong lúc có định thì tuệ ở nơi định. Rõ được nghĩa ấy, tức là việc tu tập định tuệ đều như nhau.

Người học đạo chớ nói có định trước rồi mới phát ra tuệ, hoặc trước có tuệ rồi sau mới được định, cho là hai thứ khác nhau. Hiểu theo cách đó thì pháp có hai tướng, miệng nói thiện, trong tâm bất thiện, không có định tuệ, hoặc định tuệ chẳng bình đẳng như nhau. Còn nếu tâm và miệng đều thiện, trong ngoài như một, thì định tuệ tức thì bình đẳng như nhau.

Tự hiểu đạo mà tu hành, chẳng ở chỗ tranh biện. Nếu tranh biện trước sau[1] là đồng với người mê, chẳng thể quyết đoán hơn thua, chỉ tăng thêm ngã chấp,[2] chẳng rời khỏi bốn tướng.[3]

---

[1] Tức là tranh biện việc định có trước hay tuệ có trước, theo ý như trên.

[2] Ngã chấp: cố chấp cho rằng có một bản ngã của riêng mình, từ đó nảy sinh sự bảo vệ, đề cao bản ngã không thật đó mà sinh ra đối nghịch với vạn pháp.

[3] Ngã tướng, nhân tướng, chúng sanh tướng, thọ giả tướng.

"Các vị thiện tri thức! Lấy gì so sánh tương quan giữa định và tuệ? Có thể so sánh như ngọn đèn và ánh sáng vậy. Có đèn thì sáng, không đèn thì tối. Đèn là thể tánh của sáng, sáng là chỗ dụng của đèn. Tên gọi tuy hai mà thể vốn là một. Nói về pháp định tuệ cũng giống như vậy."

Sư dạy chúng rằng: "Các vị thiện tri thức! Nhất hạnh Tam-muội nghĩa là bất kỳ ở nơi đâu, đi đứng nằm ngồi đều thường hành tâm chuyên nhất chánh trực. Kinh Tịnh Danh nói: 'Lòng ngay thẳng là đạo tràng, lòng ngay thẳng là Tịnh độ.' Chớ nên trong lòng tà vạy mà ngoài miệng nói lời chánh trực, hoặc miệng nói Nhất hạnh Tam-muội mà lòng không chánh trực. Chỉ chuyên giữ một lòng ngay thẳng, đối với các pháp đừng nên chấp trước. Người mê chấp trước pháp tướng, chấp cả Nhất hạnh Tam-muội, nên nói: 'Ngồi yên chẳng động, hư vọng chẳng khởi trong tâm là Nhất-hạnh Tam-muội.' Kẻ hiểu như vậy cũng đồng như vật vô tình, chính là nguyên do chướng đạo.

"Các vị thiện tri thức! Đạo nên lưu thông, vì sao lại ngăn trệ? Tâm chẳng trụ nơi pháp, đạo liền lưu thông. Tâm trụ nơi pháp, ấy là tự trói lấy mình.

"Nếu nói ngồi yên chẳng động là đúng, ấy chỉ như Xá-lợi-phất ngồi yên trong rừng bị Duy-ma-cật chê trách.[1]

"Các vị thiện tri thức! Lại có người dạy ngồi xem tâm, quán tĩnh, chẳng động, chẳng khởi, coi đó là công phu. Người mê chẳng hiểu, thực hành theo mà thành điên đảo. Nhiều người bắt chước như vậy, rồi truyền dạy nhau, thật là lầm to."

---

[1] Kinh Tịnh Danh có ghi chuyện Xá-lợi-phất ngồi thiền trong rừng, cư sĩ Duy-ma-cật đến, nhân đó mà thuyết về ý nghĩa ngồi thiền của Đại thừa.

Sư dạy chúng rằng: "Các vị thiện tri thức! Chánh giáo xưa nay vốn không đốn, tiệm. Tánh người tự có lanh lợi, khờ khạo. Người mê tu theo pháp tiệm, người tỉnh hợp với pháp đốn. Tự biết bản tâm, thấy được bản tánh, tức không sai khác chi nhau. Vì thế, lập ra đốn, tiệm chỉ là tên gọi giả tạm.

"Các vị thiện tri thức! Pháp môn này xưa nay trước lập vô niệm làm tông, vô tướng làm thể, vô trụ làm gốc. Vô tướng là ở nơi tướng mà lìa tướng. Vô niệm là trong chỗ nghĩ tưởng mà không nghĩ tưởng. Vô trụ là bản tánh của người đối với những điều lành dữ, tốt xấu ở thế gian, cho đến với kẻ oán, người thân, những lúc nói năng, đụng chạm, châm chọc, khinh khi, tranh giành... đều không vương bận, chẳng nghĩ chuyện thù hại.

"Trong mỗi niệm tưởng, chẳng suy nghĩ chuyện qua rồi. Nếu như niệm tưởng đã qua, niệm tưởng bây giờ và niệm tưởng sắp đến cứ nối nhau chẳng dứt, ấy gọi là trói buộc. Đối với các pháp, niệm tưởng chẳng trụ vào đâu cả, tức là không trói buộc. Đó là lấy vô trụ làm gốc.

"Các vị thiện tri thức! Lìa hết thảy hình tướng, gọi là vô tướng. Lìa được hình tướng, Pháp thể tất nhiên thanh tịnh. Đó là lấy vô tướng làm thể.

"Các vị thiện tri thức! Đối với cảnh tâm không đắm nhiễm là vô niệm. Trong mọi niệm tưởng thường lìa khỏi cảnh, không đối cảnh mà sanh tâm. Nếu chỉ dứt nghĩ tưởng đến muôn vật, trừ cho tận hết tư tưởng; tư tưởng vừa dứt tức thời mạng dứt, thọ sanh nơi khác, ấy là lầm to. Kẻ học đạo nên suy xét chỗ đó. Nếu chẳng rõ ý pháp, đã tự mình sai lầm, sau lại còn dắt dẫn người khác. Tự mình ngu mê chẳng thấy, lại chê bai kinh Phật. Đó là lập vô niệm làm tông.

"Các vị thiện tri thức! Vì sao lập vô niệm làm tông? Chỉ bởi người mê miệng nói thấy tánh, mà khi đối cảnh liền khởi niệm, từ niệm ấy khởi ra tà kiến. Hết thảy trần lao vọng tưởng đều do vậy mà sanh. Tự tánh vốn không một pháp có thể đắc. Nếu có chỗ đắc, hư dối luận chuyện họa phước, chính là trần lao tà kiến. Vì vậy nên lập vô niệm làm tông.

"Các vị thiện tri thức! Nói không đó, là không những gì? Niệm, là niệm việc gì? Không là không có hai tướng, không có tâm trần lao. Niệm là niệm bản tánh chân như. Chân như là thể của niệm. Niệm là dụng của chân như. Tự tánh chân như khởi ra niệm, chẳng phải mắt, tai, mũi, lưỡi có thể niệm được. Chân như có tánh nên khởi ra niệm. Nếu không có chân như, thì tai, mắt, màu sắc, âm thanh tức thời hoại mất.

"Các vị thiện tri thức! Tự tánh chân như khởi ra niệm. Sáu căn tuy có thấy, nghe, nhận biết, mà không đắm nhiễm nơi cảnh, chân tánh thường tự tại. Cho nên Kinh nói: 'Khéo biết phân biệt tất cả các pháp, với nghĩa chân thật chẳng hề lay động.'"[1]

---

[1] Câu này dẫn theo Kinh Duy-ma: "Năng thiện phân biệt chư pháp tướng, ư đệ nhất nghĩa nhi bất động."

❖ **HÁN VĂN**

坐禪

TỌA THIỀN

第五

Phẩm đệ ngũ

師示眾云。此門坐禪，元不著心，亦不著淨，亦不是不動。若言著心，心元是妄。知心如幻，故無所著也。若言著淨，人性本淨。由妄念故，蓋覆真如。但無妄想，性自清淨。起心著淨，卻生淨妄。妄無處所，著者是妄。淨無形相，卻立淨相，言是工夫。作此見者，障自本性，卻被淨縛。

Sư thị chúng vân: "Thử môn tọa thiền, nguyên bất trước tâm, diệc bất trước tịnh, diệc bất thị bất động. Nhược ngôn trước tâm, tâm nguyên thị vọng. Tri tâm như huyễn, cố vô sở trước dã. Nhược ngôn trước tịnh, nhân tánh bản tịnh. Do vọng niệm cố, phú cái chân như. Đãn vô vọng tưởng, tánh tự thanh tịnh. Khởi tâm trước tịnh, khước sanh tịnh vọng. Vọng vô xứ sở, trước giả thị vọng. Tịnh vô hình tướng, khước lập tịnh tướng, ngôn thị công phu. Tác thử kiến giả, chướng tự bản tánh, khước bị tịnh phược.

善知識。若修不動者，但見一切人時，不見人之是非，善惡，過患，即是自性不動。

TỌA THIỀN

"Thiện tri thức! Nhược tu bất động giả, đãn kiến nhất thiết nhân thời, bất kiến nhân chi thị phi, thiện ác, quá hoạn, tức thị tự tánh bất động.

善知識。迷人身雖不動，開口便說他人是非，長短，好惡，與道違背。若著心，著淨，即障道也。

"Thiện tri thức! Mê nhân thân tuy bất động, khai khẩu tiện thuyết tha nhân thị phi, trường đoản, hảo ác, dữ đạo vi bội. Nhược trước tâm, trước tịnh, tức chướng đạo dã."

師示眾云。善知識。何名坐禪。此法門中，無障無礙。外於一切善惡境界，心念不起，名為坐。內見自性不動，名為禪。

Sư thị chúng vân: "Thiện tri thức! Hà danh tọa thiền? Thử pháp môn trung, vô chướng, vô ngại. Ngoại ư nhất thiết thiện, ác cảnh giới, tâm niệm bất khởi, danh vi tọa. Nội kiến tự tánh bất động, danh vi thiền.

善知識。何名禪定。外離相為禪。內不亂為定。外若著相，內心即亂。外若離相，心即不亂。本性自淨自定，只為見境思境即亂。若見諸境心不亂者，是真定也。

"Thiện tri thức! Hà danh thiền định? Ngoại ly tướng vi thiền. Nội bất loạn vi định. Ngoại nhược trước tướng, nội tâm tức loạn. Ngoại nhược ly tướng, tâm tức bất loạn. Bản tánh tự tịnh tự định; chỉ vị kiến cảnh tư cảnh tức loạn. Nhược kiến chư cảnh tâm bất loạn giả, thị chân định dã.

善知識。外離相即禪。內不亂即定。外禪，內定，是為禪定。淨名云。即時豁然還得本心。菩薩戒經云。我本元自性清淨。

"Thiện tri thức! Ngoại ly tướng tức thiền; nội bất loạn tức định. Ngoại thiền, nội định, thị vi thiền định. Bồ Tát Giới Kinh vân: 'Ngã bản nguyên tự tánh thanh tịnh.'

善知識。於念念中，自見本性清淨。自修，自行，自成佛道。

"Thiện tri thức! Ư niệm niệm trung, tự kiến bản tánh thanh tịnh. Tự tu, tự hành, tự thành Phật đạo."

❖ **VIỆT VĂN**

PHẨM THỨ V

NGỒI THIỀN

Sư dạy chúng rằng: "Môn ngồi thiền này, nguyên chẳng chấp trước nơi tâm, cũng chẳng chấp trước sự yên tịnh, cũng chẳng phải chẳng động. Nếu nói là chấp trước tâm, thì tâm nguyên là vọng. Biết tâm huyễn hóa, nên không có gì để chấp trước. Nếu nói là chấp trước tịnh, thì tánh người vốn tịnh, chỉ do vọng niệm che lấp chân như. Chỉ không vọng niệm thì tánh tự thanh tịnh. Khởi tâm chấp trước tịnh, chỉ sanh chỗ tịnh không thật. Hư vọng không xứ sở, chấp trước cũng là vọng. Tịnh không có hình tướng, lại lập ra tướng yên tịnh, bảo là công phu. Hiểu biết như thế, tự che lấp bản tánh của mình, bị sự yên tịnh trói buộc.

"Các vị thiện tri thức! Người tu phép chẳng động, trong khi nhìn người, chẳng nhìn những sự phải quấy, lành dữ, lầm lỗi của người. Đó là tự tánh chẳng động.

"Các vị thiện tri thức! Người mê tuy thân chẳng động mà miệng thường nói những điều phải quấy, dài ngắn, tốt xấu của người khác, trái ngược với Đạo. Nếu chấp trước nơi tâm, nơi tịnh, tức là che lấp mối Đạo vậy."

Sư dạy chúng rằng: "Các vị thiện tri thức! Sao gọi là ngồi thiền? Trong pháp môn này, không có sự che lấp, ngăn trở. Đối với hết thảy các việc lành dữ, tâm chẳng khởi ra điều nghĩ, gọi là ngồi. Trong tâm thấy tánh của mình chẳng động, gọi là thiền.

"Các vị thiện tri thức! Sao gọi là thiền định? Lìa khỏi tướng là thiền. Trong tâm chẳng loạn là định. Nếu vướng mắc nơi tướng, tâm tất rối loạn. Nếu lìa khỏi tướng, tâm liền chẳng loạn. Tánh vốn tự tịnh, tự định, chỉ vì thấy cảnh rồi nghĩ đến cảnh mà rối loạn. Nếu người thấy cảnh mà tâm chẳng loạn, đó mới thật là định.

"Các vị thiện tri thức! Lìa khỏi tướng, tức là thiền. Trong tâm chẳng loạn, tức là định. Ngoài thiền, trong định, đó là thiền định. Kinh Bồ Tát Giới nói: 'Bản tánh của ta vốn tự thanh tịnh.'

"Các vị thiện tri thức! Trong mỗi niệm tưởng tự thấy bản tánh thanh tịnh. Tự mình tu hành, tự mình thành Phật đạo."

◆ **HÁN VĂN**

懺 悔

SÁM HỐI

品第六

Phẩm đệ lục

時，大師見廣，韶洎四方士庶，駢集山中聽法，於是陞座，告眾曰。

Thời, Đại Sư kiến Quảng, Thiều kỵ tứ phương sĩ thứ, biền tập sơn trung thính Pháp, ư thị thăng tòa, cáo chúng viết:

來，諸善知識。此事須從自事中起。於一切時，念念自淨其心，自修，自行，見自己法身，見自心佛，自度，自戒始得，不假到此。既從遠來，一會于此，皆共有緣。今可各各胡跪。先為傳自性五分法身香，次授無相懺悔。

"Lai, chư Thiện tri thức! Thử sự tu tùng tự tánh trung khởi. Ư nhất thiết thời, niệm niệm tự tịnh kỳ tâm, tự tu, tự hành, kiến tự kỷ pháp thân, kiến tự tâm Phật, tự độ, tự giới thủy đắc, bất giả đáo thử. Ký tùng viễn lai, nhất hội ư thử, giai cộng hữu duyên; kim khả các các hồ quỵ. Tiên vị truyền Tự tánh ngũ phần Pháp thân hương, thứ thọ Vô tướng sám hối."

眾胡跪。師曰。

Chúng hồ quỵ. Sư viết:

一，戒香，即自心中無非，無惡，無嫉妒，無貪瞋，無劫害，名戒香。二，定香，即睹諸善惡境相，自心不亂，名定香。三，慧香，自心無礙，常以智慧觀照自性，不造諸惡，雖修眾善，心不執著，敬上，念下，矜恤孤貧，名慧香。四，解脫香，即自心無所攀緣，不思善，不思惡，自在無礙，名解脫香。五，解脫知見香，自心既無所攀緣善惡，不可沈空守寂，即須廣學多聞，識自本心，達諸佛理，和光接物，無我無人，直至菩提，真性不易，名解脫知見香。善知識。此香各自內熏，莫向外覓。

"Nhất, giới hương, tức tự tâm trung vô phi, vô ố, vô tật đố, vô tham sân, vô kiếp hại, danh giới hương. Nhị, định hương, tức đổ chư thiện ác cảnh tướng, tự tâm bất loạn, danh định hương. Tam, tuệ hương, tự tâm vô ngại, thường dĩ trí tuệ quán chiếu tự tánh, bất tạo chư ác; tuy tu chúng thiện, tâm bất chấp trước, kính thượng, niệm hạ, căng tuất cô bần, danh tuệ hương. Tứ, giải thoát hương, tức tự tâm vô sở phan duyên, bất tư thiện, bất tư ác, tự tại, vô ngại, danh giải thoát hương. Ngũ, giải thoát tri kiến hương, tự tâm ký vô sở phan duyên thiện ác, bất khả trầm không thủ tịch; tức tu quảng học, đa văn, thức tự bản tâm, đạt chư Phật lý, hòa quang tiếp vật, vô ngã, vô nhân, trực chí Bồ-đề, chân tánh bất dịch. danh giải thoát tri kiến hương. Thiện tri thức! Thử hương các tự nội huân, mạc hướng ngoại mịch.

今與汝等授無相懺悔，滅三世罪，令得三業清淨。善知識。各隨我語，一時道。

"Kim dữ nhữ đẳng thọ Vô tướng sám hối, diệt tam thế tội,

linh đắc tam nghiệp thanh tịnh. Thiện tri thức! Các tùy ngã ngữ, nhất thời đạo:

弟子等，從前念，今念及後念，念念不被愚迷染。從前所有惡業愚迷等罪，悉皆懺悔。願一時銷滅，永不復起。

"Đệ tử đẳng, tùng tiền niệm, kim niệm cập hậu niệm, niệm niệm bất bị ngu mê nhiễm. Tùng tiền sở hữu ác nghiệp ngu mê đẳng tội, tất giai sám hối, nguyện nhất thời tiêu diệt, vĩnh bất phục khởi.

弟子等，從前念，今念及後念，念念不被憍誑染。從前所有惡業憍誑等罪，悉皆懺悔。願一時銷滅，永不復起。

"Đệ tử đẳng, tùng tiền niệm, kim niệm cập hậu niệm, niệm niệm bất bị kiêu cuống nhiễm. Tùng tiền sở hữu ác nghiệp kiêu cuống đẳng tội, tất giai sám hối, nguyện nhất thời tiêu diệt, vĩnh bất phục khởi.

弟子等，從前念，今念及後念，念念不被嫉妒染。從前所有惡業嫉妒等罪，悉皆懺悔。願一時銷滅，永不復起。

"Đệ tử đẳng, tùng tiền niệm, kim niệm cập hậu niệm, niệm niệm bất bị tật đố nhiễm. Tùng tiền sở hữu ác nghiệp tật đố đẳng tội, tất giai sám hối, nguyện nhất thời tiêu diệt, vĩnh bất phục khởi.

善知識。已上是為無相懺悔。云何名懺，云何名悔。懺者，懺其前愆。從前所有惡業，愚迷，憍誑，嫉妒等罪，悉皆盡懺，永不復起，是名為懺。

悔者，悔其後過。從今以後所有惡業，愚迷，憍誑，嫉妒等罪，今已覺悟，悉皆永斷，更不復作，是名為悔。故稱懺悔。凡夫愚迷只知懺其前愆，不知悔其後過。以不悔故，前愆不滅，後過又生。前愆既不滅，後過復又生，何名懺悔。

"Thiện tri thức! Dĩ thượng thị vi Vô tướng sám hối. Vân hà danh sám? Vân hà danh hối? Sám giả, sám kỳ tiền khiên. Tùng tiền, sở hữu ác nghiệp: ngu mê, kiêu cuống, tật đố đẳng tội, tất giai tận sám, vĩnh bất phục khởi, thị danh vi sám. Hối giả, hối kỳ hậu quá. Tùng kim dĩ hậu, sở hữu ác nghiệp: ngu mê, kiêu cuống, tật đố đẳng tội, kim dĩ giác ngộ, tất giai vĩnh đoạn, cánh bất phục tác, thị danh vi hối. Cố xưng sám hối. Phàm phu ngu mê chỉ tri sám kỳ tiền khiên, bất tri hối kỳ hậu quá. Dĩ bất hối cố, tiền khiên bất diệt, hậu quá hựu sanh. Tiền khiên ký bất diệt, hậu quá phục hựu sanh, hà danh sám hối?

善知識。既懺悔已，與善知識發四弘誓願，各須用心正聽。自心眾生無邊誓願度。自心煩惱無邊誓願斷。自性法門無盡誓願學。自性無上佛道誓願成。

"Thiện tri thức! Ký sám hối dĩ, dữ thiện tri thức phát Tứ hoằng thệ nguyện, các tu dụng tâm chánh thính: Tự tâm chúng sanh vô biên, thệ nguyện độ. Tự tâm phiền não vô biên, thệ nguyện đoạn. Tự tánh pháp môn vô tận, thệ nguyện học. Tự tánh vô thượng Phật đạo, thệ nguyện thành.

善知識。大家豈不道，眾生無邊誓願度。恁麼道，且不是惠能度。

"Thiện tri thức! Đại gia khởi bất đạo: chúng sanh vô biên thệ nguyện độ. Nhẫm ma đạo: Thả bất thị Huệ Năng độ.

善知識。心中眾生，所謂邪迷心，誑妄心，不善心，嫉妒心，惡毒心。如是等心，盡是眾生。各須自性自度，是名真度。何名自性自度。即自心中，邪見，煩惱，愚癡眾生，將正見度。既有正見，使般若智打破愚癡迷妄眾生，各各自度。邪來正度，迷來悟度，愚來智度，惡來善度。如是度者，名為真度。

"Thiện tri thức! Tâm trung chúng sanh, sở vị tà mê tâm, cuống vọng tâm, bất thiện tâm, tật đố tâm, ác độc tâm. Như thị đẳng tâm, tận thị chúng sanh. Các tu tự tánh tự độ, thị danh chân độ. Hà danh tự tánh tự độ? Tức tự tâm trung, tà kiến, phiền não, ngu si chúng sanh, tương chánh kiến độ. Ký hữu chánh kiến, sử Bát-nhã trí đả phá ngu si mê vọng chúng sanh, các các tự độ. Tà lai chánh độ, mê lai ngộ độ, ngu lai trí độ, ác lai thiện độ. Như thị độ giả, danh vi chân độ.

又，煩惱無邊誓願斷，將自性般若智，除卻虛妄思想心是也。又，法門無盡誓願學，須自見性，常行正法，是名真學。又，無上佛道誓願成，既常能下心，行於真正，離迷，離覺，常生般若，除真，除妄，即見佛性。即言下佛道成，常念修行，是願力法。

"Hựu, phiền não vô biên, thệ nguyện đoạn, tương tự tánh Bát-nhã trí, trừ khước hư vọng tư tưởng tâm thị dã. Hựu, pháp môn vô tận, thệ nguyện học, tu tự kiến tánh, thường hành chánh pháp, thị danh chân học. Hựu, Vô thượng Phật đạo, thệ nguyện thành, ký thường năng há tâm, hành ư chân chánh, ly mê, ly giác, thường sanh Bát-nhã; trừ chân, trừ vọng, tức kiến Phật tánh. Tức ngôn hạ Phật đạo thành, thường niệm tu hành thị nguyện lực pháp.

善知識。今發四弘願了，更與善知識授無相三歸依戒。

"Thiện tri thức! Kim phát Tứ hoằng nguyện liễu, cánh dữ thiện tri thức thọ Vô tướng tam quy y giới,

善知識。歸依覺，兩足尊。歸依正，離欲尊。歸依淨，眾中尊。從今日去，稱覺為師，更不歸依邪魔外道。以自性三寶常自證明。勸善知識歸依自性三寶。佛者，覺也。法者，正也。僧者，淨也。

"Thiện tri thức! Quy y giác, Lưỡng túc Tôn. Quy y chánh, Ly dục Tôn. Quy y tịnh, Chúng trung Tôn. Tùng kim nhật khứ, xưng giác vi sư, cánh bất quy y tà ma, ngoại đạo. Dĩ tự tánh Tam Bảo thường tự chứng minh. Khuyến thiện tri thức quy y tự tánh Tam Bảo: Phật giả, giác dã. Pháp giả, chánh dã. Tăng giả, tịnh dã.

自心歸依覺，邪迷不生，少欲，知足，能離財色，名兩足尊。

"Tự tâm quy y giác, tà mê bất sanh, thiểu dục, tri túc, năng ly tài sắc, danh Lưỡng Túc Tôn.

自心歸依正，念念無邪見。以無邪見故，即無人我，貢高，貪愛，執著，名離欲尊。

"Tự tâm quy y chánh, niệm niệm vô tà kiến. Dĩ vô tà kiến cố, tức vô nhân ngã, cống cao, tham ái, chấp trước, danh Ly Dục Tôn.

自心歸依淨，一切塵勞愛欲境界，自性皆不染著，名眾中尊。

SÁM HỐI

"Tự tâm quy y tịnh, nhất thiết trần lao ái dục cảnh giới, tự tánh giai bất nhiễm trước, danh Chúng Trung Tôn.

若修此行，是自歸依。凡夫不會，從日至夜受三歸戒。若言歸依佛，佛在何處。若不見佛，憑何所歸。言卻成妄。

"Nhược tu thử hạnh, thị tự quy y. Phàm phu bất hội, tùng nhật chí dạ thọ Tam quy giới. Nhược ngôn quy y Phật, Phật tại hà xứ? Nhược bất kiến Phật, bằng hà sở quy? Ngôn khước thành vọng.

善知識。各自觀察，莫錯用心。經文分明言，自歸依佛。不言，歸依他佛。自佛不歸，無所依處。今既自悟，各須歸依自心三寶。內調心性，外敬他人，是自歸依也。

"Thiện tri thức! Các tự quan sát, mạc thác dụng tâm. Kinh văn phân minh ngôn Tự quy y Phật, bất ngôn Quy y tha Phật. Tự Phật bất quy, vô sở y xứ. Kim ký tự ngộ, các tu quy y tự tâm Tam Bảo. Nội điều tâm tánh, ngoại kính tha nhân, thị tự quy y dã.

善知識。既歸依自心三寶竟，各各志心，吾與說一體三身自性佛，令汝等見三身，了然自悟自性，總隨我道。於自色身，歸依清淨法身佛。於自色身，歸依圓滿報身佛。於自色身，歸依千百億化身佛。

"Thiện tri thức! Ký quy y tự tâm Tam Bảo cánh, các các chí tâm, ngô dữ thuyết nhất thể tam thân tự tánh Phật, linh nhữ đẳng kiến tam thân, liễu nhiên tự ngộ tự tánh, tổng tùy ngã đạo. Ư tự sắc thân, quy y Thanh tịnh Pháp thân Phật. Ư

111

tự sắc thân, quy y Viên mãn Báo thân Phật. Ư tự sắc thân, quy y Thiên bá ức Hóa thân Phật.

善知識。色身是舍宅，不可言歸。向者三身佛，在自性中，世人總有。為自心迷不見內性。外覓三身如來，不見自身中有三身佛。

"Thiện tri thức! Sắc thân thị xá trạch, bất khả ngôn quy. Hướng giả Tam thân Phật tại tự tánh trung, thế nhân tổng hữu. Vị tự tâm mê, bất kiến nội tánh. Ngoại mịch Tam thân Như Lai, bất kiến tự thân trung hữu Tam thân Phật.

汝等聽說，令汝等於自身中見自性有三身佛。此三身佛從自性生，不從外得。

"Nhữ đẳng thính thuyết, linh nhữ đẳng ư tự thân trung kiến tự tánh hữu Tam thân Phật. Thử Tam thân Phật tùng tự tánh sanh, bất tùng ngoại đắc.

何名清淨法身佛。世人性本清淨，萬法從自性生。思量一切惡事，即生惡行。思量一切善事，即生善行。如是諸法在自性中。如天常清，日月常明，為浮雲蓋覆，上明下暗。忽遇風吹雲散，上下俱明，萬象皆現。世人性常浮游如彼天雲。

"Hà danh Thanh tịnh Pháp thân Phật? Thế nhân tánh bản thanh tịnh, vạn pháp tùng tự tánh sanh. Tư lương nhất thiết ác sự, tức sanh ác hạnh; tư lương nhất thiết thiện sự, tức sanh thiện hạnh. Như thị chư pháp tại tự tánh trung. Như thiên thường thanh, nhật nguyệt thường minh, vi phù vân cái phú, thượng minh, hạ ám. Hốt ngộ phong xuy vân tán, thượng hạ câu minh, vạn tượng giai hiện. Thế nhân tánh thường phù du như bỉ thiên vân.

善知識。智如日，慧如月。智慧常明，於外著境被妄念浮雲蓋覆自性，不得明朗。若遇善知識，聞真正法，自除迷妄，內外明徹，於自性中萬法皆現。

"Thiện tri thức! Trí như nhật, tuệ như nguyệt. Trí tuệ thường minh, ư ngoại trước cảnh bị vọng niệm phù vân cái phú tự tánh, bất đắc minh lãng. Nhược ngộ thiện tri thức, văn chân chánh pháp, tự trừ mê vọng, nội ngoại minh triệt, ư tự tánh trung vạn pháp giai hiện.

見性之人亦復如是。此名清淨法身佛。

"Kiến tánh chi nhân diệc phục như thị. Thử danh Thanh tịnh Pháp thân Phật.

善知識。自心歸依自性，是歸依真佛。自歸依者，除卻自性中不善心，嫉妒心，諂曲心，吾我心，誑妄心，輕人心，慢他心，邪見心，貢高心，及一切時中不善之行。常自見己過，不說他人好惡，是自歸依。常須下心，普行恭敬，即是見性通達，更無滯礙，是自歸依。

"Thiện tri thức! Tự tâm quy y tự tánh, thị quy y chân Phật. Tự quy y giả, trừ khước tự tánh trung bất thiện tâm, tật đố tâm, siểm khúc tâm, ngô ngã tâm, cuống vọng tâm, khinh nhân tâm, mạn tha tâm, tà kiến tâm, cống cao tâm, cập nhất thiết thời trung bất thiện chi hạnh. Thường tự kiến kỷ quá, bất thuyết tha nhân hảo ác, thị tự quy y. Thường tu há tâm, phổ hành cung kính, tức thị kiến tánh thông đạt, cánh vô trệ ngại, thị tự quy y.

何名圓滿報身。譬如一燈能除千年闇，一智能滅萬年愚。莫思向前已過，不可得。常思於後，念念圓明，自見本性。善惡雖殊，本性無二。無二之性，名為實性。於實性中，不染善惡。此名圓滿報身佛。自性起一念惡，滅萬劫善因。自性起一念善，得恒沙惡盡，直至無上菩提。念念自見，不失本念，名為報身。

"Hà danh Viên mãn Báo thân? Thí như nhất đăng năng trừ thiên niên ám, nhất trí năng diệt vạn niên ngu. Mạc tư hướng tiền kỷ quá, bất khả đắc. Thường tư ư hậu, niệm niệm viên minh, tự kiến bản tánh. Thiện ác tuy thù, bản tánh vô nhị. Vô nhị chi tánh, danh vi thật tánh. Ư thật tánh trung, bất nhiễm thiện ác. Thử danh Viên mãn Báo thân Phật. Tự tánh khởi nhất niệm ác, diệt vạn kiếp thiện nhân. Tự tánh khởi nhất niệm thiện, đắc Hằng-sa ác tận, trực chí Vô thượng Bồ-đề. Niệm niệm tự kiến, bất thất bản niệm, danh vi Báo thân.

何名千百億化身。若不思萬法，性本如空。一念思量，名為變化。思量惡事化為地獄。思量善事化為天堂。毒害化為龍蛇。慈悲化為菩薩。智慧化為上界。愚癡化為下方。自性變化甚多，迷人不能省覺。念念起惡，常行惡道。迴一念善，智慧即生。此名自性化身佛。

"Hà danh Thiên bá ức Hóa thân? Nhược bất tư vạn pháp, tánh bản như không. Nhất niệm tư lương, danh vi biến hóa. Tư lương ác sự hóa vi địa ngục. Tư lương thiện sự, hóa vi thiên đường. Độc hại hóa vi long xà. Từ bi hóa vi Bồ Tát. Trí tuệ hóa vi thượng giới. Ngu si hóa vi hạ phương. Tự tánh biến hóa thậm đa, mê nhân bất năng tỉnh giác. Niệm niệm khởi ác, thường hành ác đạo. Hồi nhất thiện niệm, trí tuệ tức sanh. Thử danh tự tánh Hóa thân Phật.

善知識。法身本具，念念自性自見，即是報身佛。從報身思量，即是化身佛。自悟，自修自性功德，是真歸依。皮肉是色身，色身是舍宅，不言歸依也。但悟自性三身，即識自性佛。

"Thiện tri thức! Pháp thân bản cụ, niệm niệm tự tánh tự kiến, tức thị Báo thân Phật. Tùng Báo thân tư lương, tức thị Hóa thân Phật. Tự ngộ, tự tu tự tánh công đức, thị chân quy y. Bì nhục thị sắc thân, sắc thân thị xá trạch, bất ngôn quy y dã. Đãn ngộ tự tánh tam thân, tức thức tự tánh Phật.

吾有一無相頌，若能誦持，言下令汝積劫迷罪一時銷滅。

"Ngô hữu nhất Vô tướng tụng, nhược năng tụng trì, ngôn hạ linh nhữ tích kiếp mê tội nhất thời tiêu diệt."

頌曰。

Tụng viết:

迷人修福不修道，
只言修福便是道。
布施供養福無邊，
心中三惡元來造。

Mê nhân tu phước, bất tu đạo,
Chỉ ngôn tu phước tiện thị đạo.
Bố thí, cùng dường, phước vô biên,
Tâm trung tam ác nguyên lai tạo.

擬將修福欲滅罪，
後世得福罪還在。
但向心中除罪緣，
名自性中真懺悔。

Nghĩ tương tu phước dục diệt tội,
Hậu thế đắc phước, tội hoàn tại.
Đãn hướng tâm trung trừ tội duyên,
Các tự tánh trung chân sám hối.

忽悟大乘真懺悔，
除邪行正即無罪。
學道常於自性觀，
即與諸佛同一類。

Hốt ngộ đại thừa chân sám hối,
Trừ tà, hành chánh, tức vô tội.
Học đạo thường ư tự tánh quán,
Tức dữ chư Phật đồng nhất loại.

吾祖惟傳此頓法，
普願見性同一體。
若欲當來覓法身，
離諸法相心中洗。

Ngô Tổ duy truyền thử Đốn pháp,
Phổ nguyện kiến tánh đồng nhất thể.
Nhược dục đương lai mịch Pháp thân,
Ly chư pháp tướng tâm trung tẩy.

努力自見莫悠悠，
後念忽絕一世休。
若悟大乘得見性，
虔恭合掌至心求。

Nỗ lực tự kiến, mạc du du,
Hậu niệm hốt tuyệt nhất thế hưu.
Nhược ngộ đại thừa đắc kiến tánh,
Kiền cung hợp chưởng chí tâm cầu.

師言。善知識，總須誦取。依此修行。言下見性，雖去吾千里，如常在吾邊。於此言下不悟，即對面千里，何勤遠來。珍重好去。

Sư ngôn: "Thiện tri thức! Tổng tu tụng thủ, y thử tu hành. Ngôn hạ kiến tánh, tuy khứ ngô thiên lý, như thường tại ngô biên. Ư thử ngôn hạ bất ngộ, tức đối diện thiên lý, hà cầu viễn lai? Trân trọng hảo khứ!"

一眾聞法。靡不開悟。歡喜奉行。

Nhất chúng văn Pháp, my bất khai ngộ, hoan hỷ phụng hành.

❖ VIỆT VĂN

PHẨM THỨ VI

SÁM HỐI

Lúc ấy, Đại sư thấy các vị nhân sĩ, dân chúng Quảng Châu, Thiều Châu và tất cả bốn phương đều tụ hội về để nghe Pháp, Ngài bèn lên tòa, nói với mọi người rằng: "Hãy đến đây, các vị thiện tri thức! Điều ta thuyết giảng đây cần phải từ trong tự tánh khởi lên. Luôn luôn trong mỗi niệm tưởng đều phải tịnh lấy tâm mình, tự mình tu hành, tự thấy pháp thân mình, thấy Phật ở tự tâm; tự cứu lấy mình, răn giữ lấy mình mới được, chẳng cần phải đến đây. Nhưng đã từ phương xa đến, đồng hội nơi đây, đều là có duyên. Vậy nay mọi người hãy quỳ xuống. Trước tiên, ta vì chư vị mà truyền cho năm phần hương pháp thân của tự tánh. Kế đó, sẽ truyền phép Sám hối Vô tướng."

Mọi người đều quỳ xuống.

Sư dạy: "Một là Giới hương. Trong tâm mình không chê bỏ, không ganh ghét, không tham giận, không cướp hại, gọi là Giới hương.

"Hai là Định hương. Nhìn thấy các cảnh lành dữ, tâm mình chẳng loạn, gọi là Định hương.

"Ba là Tuệ hương. Tự tâm không ngăn ngại, thường dùng trí tuệ quán xét tánh mình, không làm việc ác; tuy tu các việc lành mà tâm không chấp trước; kính người trên, thương kẻ dưới, thương xót kẻ côi cút, nghèo khó, gọi là Tuệ hương.

"Bốn là Giải thoát hương. Tâm không vướng mắc, nương

theo bất cứ điều gì; chẳng nghĩ thiện, chẳng nghĩ ác, tự tại, không ngăn ngại, gọi là Giải thoát hương.

"Năm là Giải thoát tri kiến hương. Tâm đã không vướng mắc, chạy theo những điều lành, điều dữ, cũng không thể chìm vào chỗ trống không chấp lấy sự vắng lặng; nghĩa là nên học rộng, nghe nhiều, tự biết rõ bản tâm, đạt tới lý lẽ của chư Phật; lấy sự hòa đồng mà tiếp cận cùng muôn vật, không vướng mắc chuyện có mình, có người; thẳng đạt Bồ-đề, chân tánh vẫn không đổi, gọi là Giải thoát tri kiến hương.

"Các vị thiện tri thức! Những thứ hương ấy mỗi người đều phải tự thắp lên trong tâm mình, đừng tìm kiếm bên ngoài.

"Bây giờ, ta sẽ cho chư vị thọ phép Sám hối Vô tướng, diệt hết tội ba đời, khiến cho ba nghiệp đều thanh tịnh.[1]

"Các vị thiện tri thức! Chư vị hãy cùng lặp lại theo như lời ta:

"Đệ tử chúng con, từ bao niệm trước, đến niệm bây giờ, cho đến những niệm về sau, mỗi niệm chẳng bị ngu mê làm ô nhiễm. Từ trước đến nay, những tội lỗi do ngu mê thảy đều xin sám hối, nguyện đồng thời diệt hết, mãi mãi chẳng còn sinh khởi trở lại nữa.

"Đệ tử chúng con, từ bao niệm trước, đến niệm bây giờ, cho đến những niệm về sau, mỗi niệm chẳng bị kiêu căng, dối trá làm ô nhiễm. Từ trước đến nay, những tội lỗi do kiêu căng, dối trá thảy đều xin sám hối, nguyện đồng thời diệt hết, mãi mãi chẳng còn sinh khởi trở lại nữa.

"Đệ tử chúng con, từ bao niệm trước, đến niệm bây giờ, cho đến những niệm về sau, mỗi niệm chẳng bị sự ganh ghét làm ô nhiễm. Từ trước đến nay, những tội lỗi do sự ganh ghét thảy đều xin sám hối, nguyện đồng thời diệt hết, mãi mãi chẳng còn sinh khởi trở lại nữa.

---

[1] Ba nghiệp là nghiệp thân, nghiệp khẩu, nghiệp ý.

"Các vị thiện tri thức! Trên đây là phép Sám hối Vô tướng.

"Sao gọi là sám? Sao gọi là hối?

"Sám là ăn năn những lỗi đã qua. Từ trước, có những tội lỗi do nơi ngu mê, kiêu căng, dối trá, ganh ghét, thảy đều ăn năn hết, mãi mãi về sau chẳng còn khởi ra nữa; đó gọi là sám.

"Hối là tự ngăn ngừa những lỗi về sau của mình. Từ nay về sau, có những tội ác do nơi ngu mê, kiêu căng, dối trá, ganh ghét, nay đã giác ngộ, tất nhiên vĩnh viễn dứt hết, chẳng mắc phải nữa; đó gọi là hối.

"Vì thế cho nên gọi là sám hối. Kẻ phàm phu ngu mê chỉ biết ăn năn những lỗi đã qua, mà chẳng biết ngăn ngừa những lỗi về sau. Bởi không biết hối, nên tội trước chẳng diệt, lỗi sau lại sanh. Tội trước đã chẳng diệt, lỗi sau lại tiếp sanh ra, làm sao gọi là sám hối?

"Các vị thiện tri thức? Nay đã sám hối rồi, ta sẽ cùng chư thiện tri thức phát khởi Bốn thệ nguyện rộng lớn. Chư vị hãy lắng tai, dùng tâm chân chánh mà nghe đây:

"Vô biên chúng sanh nơi tự tâm, thệ nguyện cứu độ.

"Vô biên phiền não nơi tự tâm, thệ nguyện dứt bỏ.

"Vô tận pháp môn trong tự tánh, thệ nguyện học hỏi.

"Phật đạo vô thượng trong tự tánh, thệ nguyện tu thành.

"Các vị thiện tri thức! Mọi người ai cũng nói: vô biên chúng sanh thệ nguyện cứu độ. Nhưng mấy ai biết được nghĩa: thật chẳng phải Huệ Năng này độ.[1]

"Các vị thiện tri thức! Chúng sanh ở trong tâm, ấy là: tâm tà mê, tâm cuồng vọng, tâm bất thiện, tâm ganh ghét, tâm ác độc. Những tâm niệm như thế, đều là chúng sanh. Mọi người

---

[1] Ý Tổ sư ở đây nhấn mạnh vào chỗ tự nguyện, tự độ.

nên từ tự tánh tự độ lấy mình. Đó gọi là cứu độ chân thật.

"Sao gọi là từ tự tánh tự độ lấy mình? Tự trong tâm mình có những chúng sanh tà kiến, phiền não, ngu si, hãy dùng chánh kiến[1] mà cứu độ. Có chánh kiến rồi, liền dùng trí Bát-nhã chống phá chúng sanh ngu si, mê vọng. Cứ như vậy mà ai ai cũng đều tự độ lấy mình. Với tà vạy, dùng chân chánh mà độ; với mê muội, dùng giác ngộ mà độ; với ngu si, dùng trí tuệ mà độ; với ác độc, dùng tâm thiện mà độ. Cứu độ được như vậy, gọi là cứu độ chân thật.

"Vô biên phiền não thệ nguyện dứt bỏ, nghĩa là dùng trí Bát-nhã nơi tự tánh phá trừ đi tâm dối trá hư vọng.

"Vô tận pháp môn thệ nguyện học hỏi, là nên tự mình thấy tánh, thường hành chánh pháp, đó gọi là học hỏi chân chánh.

"Phật đạo vô thượng thệ nguyện tu thành, là thường hay nhún nhường, làm theo lẽ chân chánh, lìa mê lìa giác, thường sanh Bát-nhã; trừ chân trừ vọng, liền thấy tánh Phật. Vừa được nghe qua[2] liền thành Phật đạo, tâm thường nghĩ việc tu hành, chính là pháp nguyện lực.

"Chư thiện tri thức! Nay đã phát Bốn nguyện rộng lớn rồi, ta cùng chư vị thọ Ba giới quy y vô tướng.

"Các vị thiện tri thức! Quy y với giác ngộ là bậc Lưỡng Túc Tôn, phước huệ đầy đủ,[3] Quy y với chân chánh là bậc Ly Dục Tôn, lìa xa các dục.[4] Quy y với thanh tịnh là bậc Chúng Trung Tôn, cao quý trong chúng hội.[5] Từ nay nhận giác ngộ là thầy, chẳng còn quy y theo tà ma, ngoại đạo. Cầu Tam Bảo

---

[1] Chánh kiến: sự thấy biết, kiến giải chân chánh, đúng chánh pháp.
[2] Tức là nghe lời nói khai ngộ của bậc đại thiện tri thức.
[3] Lưỡng túc Tôn
[4] Ly dục Tôn
[5] Chúng trung Tôn

trong tự tánh mình thường chứng minh. Nay khuyên các vị thiện tri thức quy y với Tam Bảo trong tự tánh mình: Giác ngộ, đó là Phật; chân chánh, đó là Pháp; thanh tịnh, đó là Tăng.

"Tự tâm quy y giác ngộ, tà mê chẳng sanh, ít ham muốn, biết đủ,[1] có thể lìa bỏ của cải, nhan sắc, gọi là Lưỡng Túc Tôn.

"Tự tâm quy y chân chánh, mỗi niệm chẳng có tà kiến. Chẳng có tà kiến, nên chẳng chấp việc có ta, có người, không cống cao, tham ái, chấp trước, gọi là Ly Dục Tôn.

"Tự tâm quy y thanh tịnh, tự tánh chẳng ô nhiễm nơi hết thảy các cảnh trần lao, ái dục, gọi là Chúng Trung Tôn.

"Nếu tu hạnh này là tự quy y chính mình. Kẻ phàm phu chẳng hiểu, ngày đêm thọ giới Tam Quy.[2] Nếu nói Quy y Phật, hỏi Phật ở đâu? Nếu chẳng thấy Phật, thì nương vào đâu mà quy? Nói vậy thành ra hư vọng.

"Các vị thiện tri thức! Mọi người nên tự suy xét, đừng dụng tâm sai lầm. Trong Kinh[3] nói rõ là "Tự quy y Phật", chẳng nói "Quy y với Phật khác". Phật nơi tự tâm mà chẳng quy y, không còn chỗ nào khác để nương dựa. Nay đã tự tỉnh ngộ, mọi người nên quy y với Tam Bảo nơi tự tâm mình. Trong thì điều phục tâm tánh, ngoài thì kính trọng người khác, đó chính là tự quy y.

"Các vị thiện tri thức! Đã quy y với tự tâm Tam Bảo rồi, mọi người hãy chí tâm, ta sẽ giảng giải về một thể ba thân của tự tánh Phật, khiến cho chư vị đều được thấy ba thân, tự mình tỏ rõ tự tánh. Mọi người hãy lặp lại theo lời ta:

"Với thân xác thịt này, xin quy y với Thanh tịnh Pháp thân Phật.

---

[1] Thiểu dục tri túc

[2] Đây nói cách hiểu của hàng Tiểu thừa.

[3] Ở đây là dẫn Kinh Hoa Nghiêm.

"Với thân xác thịt này, xin quy y với Viên mãn Báo thân Phật.

"Với thân xác thịt này, xin quy y với Thiên bá ức Hóa thân Phật.

"Các vị thiện tri thức! Thân xác thịt này là nhà trọ, chẳng thể nói là quy y nó được. Ba thân Phật[1] tự trong tự tánh, ai ai cũng sẵn có. Chỉ vì tâm mê, chẳng thấy tự tánh bên trong, mãi tìm cầu Ba thân Phật ở ngoài, chẳng thấy tự mình có Ba thân Phật. Mọi người hãy lắng nghe, ta sẽ giúp cho ai nấy tự trong thân mình thấy được tự tánh có Ba thân Phật. Ba thân Phật ấy từ nơi tự tánh sanh, chẳng phải từ bên ngoài mà có được.

"Sao gọi là Thanh tịnh Pháp thân Phật? Người đời tánh vốn thanh tịnh, muôn pháp đều do nơi tự tánh sanh. Tâm nghĩ các điều ác, liền sanh ra hạnh ác; tâm nghĩ các việc lành, liền sanh ra hạnh lành. Như vậy, các pháp đều ở trong tự tánh. Như bầu trời trong, mặt trời mặt trăng thường sáng, có đám mây che phủ thành ra trên sáng dưới tối. Bỗng gặp gió thổi tan mây, trên dưới đều sáng, muôn cảnh hiện ra.

"Người đời tánh thường trôi nổi, cũng giống như đám mây trên trời đó vậy.

"Các vị thiện tri thức! Trí như mặt trời, tuệ như mặt trăng. Trí tuệ thường sáng suốt, do vướng mắc nơi ngoại cảnh mà bị đám mây vọng niệm lấp che tự tánh, nên chẳng được sáng suốt. Nếu gặp được bậc thiện tri thức, nghe pháp chân chánh, trừ điều mê vọng nơi mình, thì trong ngoài sáng suốt, trong tự tánh muôn pháp đều hiện ra. Người thấy tánh cũng giống như vậy. Đó gọi là Thanh tịnh Pháp thân Phật.

"Các vị thiện tri thức! Tự tâm quy y với tự tánh, ấy là quy y với đức Phật chân thật. Người tự quy y thì trừ dứt đi những

---

[1] Ba thân Phật: Pháp thân, Hóa thân và Báo thân.

tâm bất thiện, ganh ghét, tà vạy, chấp ngã, dối trá, khinh người, ngạo mạn, tà kiến, cống cao, và hết thảy những hạnh chẳng lành trong mọi lúc. Thường tự thấy lỗi mình, chẳng nói điều tốt xấu của kẻ khác. Như vậy gọi là tự quy y. Thường nhún nhường, cung kính hết thảy, tức nhiên thấy tánh thông đạt, không còn ngăn ngại. Như vậy gọi là tự quy y.

"Sao gọi là Viên mãn Báo thân? Ví như một ngọn đèn trừ được sự tối ngàn năm, một niệm trí khởi, diệt được sự ngu muội muôn năm. Đừng nghĩ tới lỗi lầm đã qua, vì chẳng thể thay đổi được. Thường nghĩ việc sắp đến, mỗi niệm tưởng đều tròn đầy, sáng rỡ, tự thấy bản tánh. Thiện, ác tuy là khác, bản tánh vốn không phân biệt. Tánh không phân biệt ấy gọi là thật tánh. Từ trong thật tánh, chẳng đắm nhiễm các việc thiện ác. Đó gọi là Viên mãn Báo thân Phật.

"Tự tánh khởi một niệm ác, diệt mất nhân duyên lành muôn kiếp. Tự tánh khởi một niệm thiện, dứt được việc ác nhiều như cát sông Hằng, thẳng đến quả vô thượng Bồ-đề. Trong mỗi niệm tưởng đều tự thấy biết, chẳng mất đi bản niệm, gọi là Báo thân.

"Sao gọi là Thiên bá ức Hóa thân? Nếu chẳng nghĩ đến muôn pháp, tánh vốn như không. Một niệm suy nghĩ, gọi là biến hóa. Suy nghĩ việc ác, hóa ra địa ngục. Suy nghĩ việc thiện, hóa ra thiên đường. Tâm độc hại hóa ra rồng, rắn. Tâm từ bi hóa ra Bồ Tát. Trí tuệ hóa ra thượng giới,[1] ngu si hóa làm hạ phương.[2] Tự tánh biến hóa rất nhiều, người mê chẳng thể biết được. Mỗi niệm sanh lòng ác, thường làm theo đường ác. Quay về một niệm lành, trí tuệ liền sanh ra. Đó gọi là Tự tánh Hóa thân Phật.

"Các vị thiện tri thức! Pháp thân vốn tự đầy đủ. Lúc nào tự tánh cũng tự thấy biết, tức là Báo thân Phật. Từ nơi Báo

---

[1] Chỉ các cõi trời.
[2] Tức cảnh giới tam đồ.

thân khởi nên suy nghĩ, tức là Hóa thân Phật. Tự mình giác ngộ, tu công đức nơi tự tánh, ấy là quy y chân chánh. Da thịt này là sắc thân,[1] sắc thân là nhà trọ,[2] chẳng nói là quy y nơi đó được. Chỉ cần nhận rõ Ba thân nơi tự tánh, liền biết được Phật trong tự tánh.

"Ta có một bài tụng Vô tướng. Nếu trì tụng được có thể khiến cho tội mê trong nhiều kiếp đều diệt sạch."

Tụng rằng:

Người mê tu phước, chẳng tu đạo,
Tưởng rằng tu phước tức là Đạo.
Bố thí, cúng dường, dẫu nhiều phước,
Trong tâm Ba ác[3] như trước tạo.

Đem lòng tu phước muốn diệt tội,
Đời sau được phước, vẫn còn tội.
Chỉ tự trong tâm trừ tội duyên,[4]
Đều trong tự tánh thật sám hối.
Gặp pháp Đại thừa chân sám hối,
Bỏ tà, làm chánh, liền dứt tội.
Học đạo thường xem nơi tự tánh,
Liền cùng chư Phật không sai khác.

Tổ ta[5] chỉ truyền pháp thẳng tắt,
Nguyện khắp thấy tánh đồng một thể.
Nếu muốn về sau tìm Pháp thân,
Lìa các pháp tướng, tâm trong sạch.

Gắng sức tự thấy, chớ núng nao,
Chỉ một niệm dứt, mạng còn đâu?

---

[1] Sắc thân: thân hình sắc, thân xác thịt này.
[2] Vì chỉ giả hợp tạm bợ trong kiếp người nên gọi là nhà trọ.
[3] Ba ác là: tham, sân, si.
[4] Tội duyên: duyên do, nguyên nhân sinh ra tội lỗi.
[5] Tức là Sơ Tổ Đạt-ma.

Nếu ngộ Đại thừa, được thấy tánh,
Chắp tay cung kính chí tâm cầu!

Sư nói: "Các vị thiện tri thức! Mọi người nên trì tụng, theo đó mà tu hành. Nghe qua rồi thấy tánh, thì dù cách ta ngàn dặm, cũng như thường ở bên ta! Còn nếu nghe rồi mà chẳng tỉnh ra, thì dù đối mặt nhau cũng như ngoài ngàn dặm. Đâu cần lặn lội từ xa đến đây? Thôi, nên trân trọng mà giải tán."

Đại chúng nghe Pháp, ai ai cũng được tỏ ngộ, vui mừng kính cẩn làm theo.

❖ **HÁN VĂN**

機緣

CƠ DUYÊN

品第七

Phẩm đệ thất

師自黃梅得法，回至韶州，曹侯村，人無知者。時有儒士劉志略，禮遇甚厚。志略有姑為尼，名無盡藏，常誦大涅槃經。師暫聽，即知妙義，遂為解說。尼乃執卷問字。

Sư tự Hoàng Mai đắc Pháp, hồi chí Thiều Châu Tào hầu thôn, nhân vô tri giả. Thời, hữu nho sĩ Lưu Chí Lược lễ ngộ thâm hậu. Chí Lược hữu cô vi ni, danh Vô Tận Tạng, thường tụng Đại Niết-bàn Kinh. Sư tạm thính, tức tri diệu nghĩa, toại vị giải thuyết. Ni nãi chấp quyển vấn tự.

師曰。字即不識，義即請問。

Sư viết: "Tự tức bất thức, nghĩa tức thỉnh vấn."

尼曰。字尚不識，焉能會義。

Ni viết: "Tự thượng bất thức, yên năng hội nghĩa?"

師曰。諸佛妙理，非關文字。

Sư viết: "Chư Phật diệu lý, phi quan văn tự."

尼驚異之。遍告里中耆德云。此是有道之士，宜請供養。

Ni kinh dị chi, biến cáo lý trung kỳ đức vân: "Thử thị hữu đạo chi sĩ, nghi thỉnh cúng dường."

有魏武侯玄孫曹叔良，及居民競來瞻禮。時，寶林古寺自隋末兵火已廢。遂於故基重建梵宇，延師居之，俄成寶坊。師住九月餘日，又為惡黨尋逐。師乃遯於前山。被其縱火焚草木，師隱身挨入石中得免。石今有師趺坐，膝痕及衣布之紋，因名避難石。師憶五祖懷會止藏之囑，遂行隱於二邑焉。

Hữu Ngụy Võ Hầu huyền tôn Tào Thúc Lương cập cư dân cạnh lai chiêm lễ. Thời, Bảo Lâm cổ tự, tự Tùy mạt binh hỏa dĩ phế, toại ư cố cơ trùng kiến Phạm võ, diên Sư cư chi, nga thành Bảo phường. Sư trụ cửu nguyệt dư nhật, hựu vi ác đảng tầm trục. Sư nãi độn ư tiền sơn. Bị kỳ túng hỏa phần thảo mộc, Sư ẩn thân ai nhập thạch trung đắc miễn. Thạch kim hữu Sư phu tòa, tất ngấn cập y bố chi văn, nhân danh Tỵ nạn thạch. Sư ức Ngũ Tổ 'Hoài, Hội chỉ, tàng' chi chúc, toại hành ẩn ư nhị ấp yên.

僧法海。韶州，曲江人也。初參祖師問曰。即心即佛。願垂指諭。

Tăng Pháp Hải, Thiều Châu, Khúc Giang nhân dã. Sơ

tham Tổ Sư vấn viết: "Tức tâm tức Phật, nguyện thùy chỉ dụ."

師曰。前念不生即心，後念不滅即佛。成一切相即心，離一切相即佛。吾若具說，窮劫不盡。聽吾偈曰。

Sư viết: "Tiền niệm bất sanh tức tâm, hậu niệm bất diệt tức Phật. Thành nhất thiết tướng tức tâm, ly nhất thiết tướng tức Phật. Ngô nhược cụ thuyết, cùng kiếp bất tận. Thính ngô kệ viết:

即心名慧。
即佛乃定。
定慧等持，
意中清淨。

Tức tâm danh tuệ,
Tức Phật nãi định.
Định, tuệ đẳng trì,
Ý trung thanh tịnh.

悟此法門，
由汝習性。
用本無生，
雙修是正。

Ngộ thử Pháp môn,
Do nhữ tập tánh.
Dụng bản vô sanh,
Song tu thị chánh.

法海言下大悟，以偈讚曰。

Pháp Hải ngôn hạ đại ngộ, dĩ kệ tán viết:

即心元是佛，
不悟而自屈。
我知定慧因，
雙修離諸物。

Tức tâm nguyên thị Phật,
Bất ngộ nhi tự khuất.
Ngã tri định, tuệ nhân,
Song tu ly chư vật.

僧法達。洪州人。七歲出家。常誦法華經。來禮祖師。頭不至地。祖訶曰。禮不投地。何如不禮。汝心中必有一物。蘊習何事耶。

Tăng Pháp Đạt, Hồng Châu nhân, thất tuế xuất gia, thường tụng Pháp Hoa Kinh. Lai lễ Tổ Sư, đầu bất chí địa. Tổ ha viết: "Lễ bất đầu địa, hà như bất lễ. Nhữ tâm trung tất hữu nhất vật, uẩn tập hà sự da?"

曰。念法華經已及三千部。

Viết: "Niệm Pháp Hoa Kinh dĩ cập tam thiên bộ."

師曰。汝若念至萬部，得其經意，不以為勝，則與吾偕行。汝今負此事業，都不知過。聽吾偈曰。

Tổ viết: "Nhữ nhược niệm chi vạn bộ, đắc kỳ kinh ý, bất dĩ vi thắng, tắc dữ ngô giai hành. Nhữ kim phụ thử sự nghiệp, đô bất tri quá. Thính ngô kệ viết:

> 禮本折慢幢，
> 頭奚不至地。
> 有我罪即生，
> 亡功福無比。

Lễ bản chiết mạn tràng,
Đầu hề bất chí địa?
Hữu ngã, tội tức sanh.
Vong công, phước vô tỷ.

師又曰。汝名什麼。

Sư hựu viết: "Nhữ danh thập ma?"

曰。法達。

Viết: "Pháp Đạt."

師曰。汝名法達。何曾達法。

Sư viết: "Nhữ danh Pháp Đạt, hà tằng đạt pháp?"

復說偈曰。

Phục thuyết kệ viết:

> 汝今名法達，
> 勤誦未休歇。
> 空誦但循聲，
> 明心號菩薩。

Nhữ kim danh Pháp Đạt,
Cần tụng vị hưu yết.
Không tụng đãn tuần thinh,
Minh tâm hiệu Bồ Tát.

汝今有緣故，
吾今為汝說。
但信佛無言，
蓮華從口發。

Nhữ kim hữu duyên cố,
Ngô kim vị nhữ thuyết:
Đãn tín Phật vô ngôn,
Liên hoa tùng khẩu phát.

達聞偈，悔謝曰。而今之後，當謙恭一切。弟子誦法華經，未解經義，心常有疑。和尚智慧廣大，願略說經中義理。

Đạt văn kệ, hối tạ viết: "Nhi kim chi hậu, đương khiêm cung nhất thiết. Đệ tử tụng Pháp Hoa Kinh, vị giải kinh nghĩa, tâm thường hữu nghi. Hòa thượng trí tuệ quảng đại, nguyện lược thuyết kinh trung nghĩa lý."

師曰。法達。法即甚達。汝心不達。經本無疑。汝心自疑。汝念此經。以何為宗。

Sư viết: "Pháp Đạt! Pháp tức thậm đạt, nhữ tâm bất đạt. Kinh bản vô nghi, nhữ tâm tự nghi. Nhữ niệm thử kinh, dĩ hà vi tông?"

達曰。學人根性闇鈍，從來但依文誦念，豈知宗趣。

Đạt viết: "Học-nhân căn tánh ám độn, tùng lai đãn y văn tụng niệm, khởi tri tông thú?"

師曰。吾不識文字。汝試取經誦一遍，吾當為汝解說。

CƠ DUYÊN

Sư viết: "Ngô bất thức văn tự. Nhữ thí thủ kinh tụng nhất biến, ngô đương vị nhữ giải thuyết."

法達即高聲念經。至譬喻品。

Pháp Đạt tức cao thanh niệm kinh chí Thí Dụ phẩm.

師曰。止。此經元來以因緣出世為宗。縱說多種譬喻，亦無越於此。何者因緣。經云。諸佛世尊唯以一大事因緣出現於世。一大事者，佛之知見也。世人外迷著相，內迷著空。若能於相離相，於空離空，即是內外不迷。若悟此法，一念心開，是為開佛知見。佛，猶覺也。分為四門，開覺知見，示覺知見，悟覺知見，入覺知見。若聞開示，便能悟入，即覺知見，本來真性而得出現。汝慎勿錯解經意。見他道，開示悟入，自是佛之知見，我輩無分。

Sư viết: "Chỉ. Thử kinh nguyên lai dĩ nhân duyên xuất thế vi tông. Túng thuyết đa chủng thí dụ, diệc vô việt ư thử. Hà giả nhân duyên? Kinh vân: 'Chư Phật Thế Tôn duy dĩ nhất đại sự nhân duyên cố xuất hiện ư thế.' Nhất đại sự giả, Phật chi tri kiến dã. Thế nhân ngoại mê trước tướng, nội mê trước không. Nhược năng ư tướng ly tướng, ư không ly không, tức thị nội ngoại bất mê. Nhược ngộ thử pháp, nhất niệm tâm khai, thị vi khai Phật tri kiến. Phật, du giác dã. Phân vi tứ môn: khai Giác tri kiến, thị Giác tri kiến, ngộ Giác tri kiến, nhập Giác tri kiến. Nhược văn khai thị, tiện năng ngộ nhập, tức Giác tri kiến, bản lai chân tánh nhi đắc xuất hiện. Nhữ thận vật thác giải kinh ý: Kiến tha đạo khai, thị, ngộ, nhập, tự thị Phật chi tri kiến, ngã bối vô phần.

若作此解，乃是謗經，毀佛也。彼既是佛，已具知見，何用更開 。汝今當信佛知見者，只汝自心，更無別佛。蓋為一切眾生自蔽光明，貪愛塵境，外緣，內擾，甘受驅馳，便勞他世尊從三昧起，種種苦口 。勸令寢息。莫向外求與佛無二 。故云，開佛知見 。吾亦勸一切人，於自心中常開佛之知見 。世人心邪，愚迷造罪。口善心惡，貪瞋嫉妒，諂佞我慢，侵人害物，自開眾生知見 。若能正心，常生智慧，觀照自心，止惡行善，是自開佛之知見 。汝須念念開佛知見，勿開眾生知見 。開佛知見，即是出世 。開眾生知見，即是世間 。汝若但勞勞執念，以為功課者，何異犛牛愛尾 。

"Nhược tác thử giải, nãi thị báng kinh, hủy Phật dã. Bỉ ký thị Phật, dĩ cụ tri kiến, hà dụng cánh khai? Nhữ kim đương tín Phật tri kiến giả, chỉ nhữ tự tâm, cánh vô biệt Phật. Cái vị nhất thiết chúng sanh tự tế quang minh, tham ái trần cảnh, ngoại duyên, nội nhiễu, cam thọ khu trì, tiện lao tha Thế Tôn tùng Tam-muội khởi, chủng chủng khổ khẩu, khuyến linh tẩm tức. Mạc hướng ngoại cầu, dữ Phật vô nhị. Cố vân: khai Phật tri kiến. Ngô diệc khuyến nhất thiết nhân, ư tự tâm trung, thường khai Phật chi tri kiến. Thế nhân tâm tà, ngu mê tạo tội. Khẩu thiện tâm ác, tham sân tật đố, siểm nịnh ngã mạn, xâm nhân hại vật, tự khai chúng sanh tri kiến. Nhược năng chánh tâm, thường sanh trí tuệ, quán chiếu tự tâm, chỉ ác hành thiện, thị tự khai Phật chi tri kiến. Nhữ tu niệm niệm khai Phật tri kiến, vật khai chúng sanh tri kiến. Khai Phật tri kiến, tức thị xuất thế. Khai chúng sanh tri kiến, tức thị thế gian. Nhữ nhược đãn lao lao chấp niệm, dĩ vi công khóa giả, hà dị ly ngưu ái vĩ?"

達曰。若然者，但得解義，不勞誦經耶。

Đạt viết: "Nhược nhiên giả, đãn đắc giải nghĩa, bất lao tụng kinh da?"

師曰。經有何過，豈障汝念。只為迷悟在人，損益由己。口誦心行，即是轉經。口誦心不行，即是被經轉。聽吾偈曰。

Sư viết: "Kinh hữu hà quá, khởi chướng nhữ niệm? Chỉ vị mê, ngộ tại nhân; tổn, ích do kỷ. Khẩu tụng, tâm hành, tức thị chuyển kinh, khẩu tụng, tâm bất hành, tức thị bị kinh chuyển. Thính ngô kệ viết:

心迷法華轉，
心悟轉法華。
誦經久不明，
與義作讎家。

Tâm mê, Pháp Hoa chuyển;
Tâm ngộ, chuyển Pháp Hoa.
Tụng kinh cửu bất minh;
Dữ nghĩa tác thù gia.

無念念即正，
有念念成邪。
有無俱不計，
長御白牛車。

Vô niệm, niệm tức chánh,
Hữu niệm, niệm thành tà.
Hữu vô, câu bất kế,
Trường ngự bạch ngưu xa.

達聞偈。不覺悲泣。言下大悟。而告師曰。法達從昔已來，實未曾轉法華，乃被法華轉。

Đạt văn kệ, bất giác bi khấp; ngôn hạ, đại ngộ, nhi cáo Sư viết: "Pháp Đạt tùng tích dĩ lai, thật vị tằng chuyển Pháp Hoa, nãi bị Pháp Hoa chuyển!"

再啟曰。經云。諸大聲聞乃至菩薩皆盡思共度量，不能測佛智。今令凡夫但悟自心，便名佛之知見，自非上根，未免疑謗。

Tái khải viết: "Kinh vân: 'Chư đại Thanh văn nãi chí Bồ Tát giai tận tư cộng đạc lượng, bất năng trắc Phật trí.' Kim linh phàm phu đãn ngộ tự tâm, tiện danh Phật chi tri kiến, tự phi thượng căn, vị miễn nghi báng?

又，經說三車，羊鹿牛車，與白牛之車，如何區別。願和尚再垂開示。

"Hựu, kinh thuyết tam xa: dương, lộc, ngưu xa dữ bạch ngưu chi xa, như hà khu biệt? Nguyện Hòa thượng tái thùy khai thị."

師曰。經意分明，汝自迷背。諸三乘人不能測佛智者，患在度量也。饒伊盡思共推，轉加懸遠。佛本為凡夫說，不為佛說。此理若不肯信者，從他退席。殊不知坐卻白牛車，更於門外覓三車。

Sư viết: "Kinh ý phân minh, nhữ tự mê bội. Chư tam thừa nhân bất năng trắc Phật trí giả, hoạn tại đạc lượng dã. Nhiêu y tận tư cộng suy, chuyển gia huyền viễn. Phật bản vị phàm phu thuyết, bất vị Phật thuyết. Thử lý nhược bất khẳng tín giả, tùng tha thối tịch. Thù bất tri tọa khước bạch ngưu xa, cánh ư môn ngoại mịch tam xa.

况經文明向汝道,唯一佛乘,無有餘乘,若二,若三,乃至無數方便,種種因緣,譬喻言詞,是法皆為一佛乘故。汝何不省。三車是假,為昔時故。一乘是實,為今時故。只教汝去假,歸實。歸實之後,實亦無名。

"Huống kinh văn minh hướng nhữ đạo: Duy nhất Phật thừa, vô hữu dư thừa, nhược nhị, nhược tam, nãi chí vô số phương tiện, chủng chủng nhân duyên, thí dụ ngôn từ; thị Pháp giai vi nhất Phật thừa cố. Nhữ hà bất tỉnh? Tam xa thị giả, vị tích thời cố. Nhất thừa thị thật, vị kim thời cố. Chỉ giáo nhữ khử giả, quy thật. Quy thật chi hậu, thật diệc vô danh.

應知所有珍財,盡屬於汝,由汝受用。更不作父想,亦不作子想,亦無用想,是名持法華經。從劫至劫,手不釋卷。從晝至夜,無不念時也。

"Ưng tri sở hữu trân tài, tận thuộc ư nhữ, do nhữ thọ dụng. Cánh bất tác phụ tưởng, diệc bất tác tử tưởng, diệc vô dụng tưởng. Thị danh trì Pháp Hoa Kinh. Tùng kiếp chí kiếp, thủ bất thích quyển. Tùng trú chí dạ, vô bất niệm thời dã."

達蒙啟發。踊躍歡喜。以偈讚曰。

Đạt mông khải phát, dũng dược hoan hỷ, dĩ kệ tán viết:

經誦三千部,
曹溪一句亡。
未明出世旨,
寧歇累生狂。

Kinh tụng tam thiên bộ,
Tào Khê nhất cú vong!
Vị minh xuất thế chỉ,
Ninh yết lũy sanh cuồng.

KINH PHÁP BẢO ĐÀN

羊鹿牛權設，
初中後善揚。
誰知火宅內，
元是法中王。

*Dương, lộc, ngưu quyền thiết,
Sơ, trung, hậu thiện dương.
Thùy trí hỏa trạch nội,
Nguyên thị Pháp trung vương.*

師曰。汝今後，方可名念經僧也。

Sư viết: Nhữ kim hậu, phương khả danh niệm kinh tăng dã.

達從此領玄旨，亦不輟誦經。

Đạt tùng thử lãnh huyền chỉ, diệc bất xuyết tụng kinh.

僧智通，壽州，安豐人，初看楞伽經，約千餘遍，而不會三身，四智。禮師求解其義。

Tăng Trí Thông, Thọ Chân, An Phong nhân, sơ khán Lăng-già Kinh, ước thiên dư biến, nhi bất hội tam thân, tứ trí. Lễ Sư cầu giải kỳ nghĩa.

師曰。三身者，清淨法身，汝之性也，圓滿報身，汝之智也，千百億化身，汝之行也。

Sư viết: "Tam thân giả: Thanh tịnh Pháp thân, nhữ chi tánh dã; Viên mãn Báo thân, nhữ chi trí dã; Thiên bá ức Hóa thân, nhữ chi hạnh dã.

若離本性，別說三身，即名有身無智。若悟三身無有自性，即名四智菩提。聽吾偈曰。

"Nhược ly bản tánh, biệt thuyết tam thân, tức danh hữu thân vô trí. Nhược ngộ tam thân vô hữu tự tánh, tức danh tứ trí Bồ-đề. Thính ngộ kệ viết:

自性具三身，
發明成四智。
不離見聞緣，
超然登佛地。

Tự tánh cụ Tam thân,
Phát minh thành Tứ trí.
Bất ly kiến văn duyên,
Siêu nhiên đăng Phật địa.

吾今為汝說，
諦信永無迷。
莫學馳求者，
終日說菩提。

Ngô kim vị nhữ thuyết,
Đế tín, vĩnh vô mê.
Mạc học trì cầu giả,
Chung nhật thuyết Bồ-đề.

通再啟曰。四智之義，可得聞乎。

Thông tái khải viết: "Tứ trí chi nghĩa, khả đắc văn hồ?"

師曰。既會三身，便明四智，何更問耶。若離三身，別談四智，此名有智無身，即此有智還成無智。復說偈曰。

Sư viết: "Ký hội tam thân, tiện minh tứ trí, hà cánh vấn da? Nhược ly tam thân, biệt đàm tứ trí, thử danh hữu trí vô thân. Tức thử hữu trí hoàn thành vô trí. Phục thuyết kệ viết:

大圓鏡智性清淨。
平等性智心無病。
妙觀察智見非功。
成所作智同圓鏡。

Đại viên kính Trí: Tánh thanh tịnh.
Bình đẳng tánh Trí: Tâm vô bệnh.
Diệu quan sát Trí: kiến phi công.
Thành sở tác Trí: đồng viên kính.

五八六七果因轉，
但用名言無實性。
若於轉處不留情，
繁興永處那伽定。

Ngũ, bát, lục, thất quả nhân chuyển,
Đãn dụng danh ngôn, vô thật tánh.
Nhược ư chuyển xứ bất lưu tình,
Phiền hưng vĩnh xử Na-già định.

通頓悟性智。遂呈偈曰。

Thông đốn ngộ tánh trí, toại trình kệ viết:

三身元我體，
四智本心明。
身智融無礙，
應物任隨形。

Tam thân nguyên ngã thể,
Tứ trí bản tâm minh.
Thân, trí dung vô ngại,
Ứng vật nhậm tùy hình.

起修皆妄動，
守住匪真精。
妙旨因師曉，
終亡染污名。

Khởi tu giai vọng động,
Thủ trụ phỉ chân tinh.
Diệu chỉ nhân Sư hiểu,
Chung vong nhiễm ô danh.

僧智常，信州，貴溪人，髫年出家，志求見性。一日參禮，師問曰。汝從何來。欲求何事。

Tăng Trí Thường, Tín Châu, Quý Khê nhân, thiếu niên xuất gia, chí cầu kiến tánh. Nhất nhật tham lễ, Sư vấn viết: "Nhữ tùng hà lai? Dục cầu hà sự?"

曰。學人近往洪州，白峰山，禮大通和尚，蒙示見性成佛之義，未決狐疑。遠來投禮，伏望和尚慈悲指示。

Viết: "Học nhân cận vãng Hồng Châu, Bạch Phong sơn, lễ Đại Thông Hòa thượng, mông thị "kiến tánh thành Phật" chi nghĩa, vị quyết hồ nghi. Viễn lai đầu lễ, phục vọng Hòa thượng từ bi chỉ thị."

師曰。彼有何言句，汝試舉看。

Sư viết: "Bỉ hữu hà ngôn cú? Nhữ thí cử khán."

曰。智常到彼，凡經三月，未蒙示誨。為法切故，一夕獨入丈室，請問。如何是某甲本心本性。大通乃曰。汝見虛空否。對曰。見。彼曰。汝見虛空有相貌否。對曰。虛空無形，有何相貌。彼曰。汝之本性猶如虛空。了無一物可見，是名正見。無一物可知，是名真知。無有青黃長短，但見本源清淨，覺體圓明，即名見性成佛，亦名如來知見。學人雖聞此說，猶未決了。乞和尚開示。

Viết: "Trí Thường đáo bỉ, phàm kinh tam nguyệt, vị mông thị hối. Vị Pháp thiết cố, nhất tịch độc nhập trượng thất, thỉnh vấn: 'Như hà thị mỗ giáp bản tâm bản tánh?' Đại Thông nãi viết: 'Nhữ kiến hư không phủ?' Đối viết: 'Kiến.' Bỉ viết: 'Nhữ kiến hư không hữu tướng mạo phủ?' Đối viết: 'Hư không vô hình, hữu hà tướng mạo.' Bỉ viết: 'Nhữ chi bản tánh du như hư không, liễu vô nhất vật khả kiến, thị danh chánh kiến; vô nhất vật khả tri, thị danh chân tri. Vô hữu thanh hoàng, trường đoản. Đãn kiến bản nguyên thanh tịnh, giác thể viên minh, tức danh kiến tánh thành Phật, diệc danh Như Lai tri kiến.' Học nhân tuy văn thử thuyết, du vị quyết liễu. Khất Hòa thượng khai thị."

師曰。彼師所說猶存見知，故令汝未了。吾今示汝一偈。

Sư viết: "Bỉ sư sở thuyết du tồn kiến, tri, cố linh nhữ vị liễu. Ngô kim thị nhữ nhất kệ:

不見一法存無見，

大似浮雲遮日面。
不知一法守空知，
還如太虛生閃電。

Bất kiến nhất pháp tồn vô kiến,
Đại tự phù vân già nhật diện;
Bất tri nhất pháp thủ không tri,
Hoàn như thái hư sanh thiểm điện.

此之知見瞥然興，
錯認何曾解方便。
汝當一念自知非，
自己靈光常顯現。

Thử chi tri kiến miết nhiên hưng,
Thác nhận hà tằng giải phương tiện.
Nhữ đương nhất niệm tự tri phi,
Tự kỷ linh quang thường hiển hiện.

常聞偈已，心意豁然。乃述偈曰。

Thường văn kệ dĩ, tâm ý khoát nhiên, nãi thuật kệ viết:

無端起知見，
著相求菩提。
情存一念悟，
寧越昔時迷。

Vô đoan khởi tri kiến,
Trước tướng cầu Bồ-đề.
Tình tồn nhất niệm ngộ,
Ninh việt tích thời mê.

自性覺源體，
隨照枉遷流。

不入祖師室，
茫然趣兩頭。

Tự tánh giác nguyên thể,
Tùy chiếu uổng thiên lưu.
Bất nhập Tổ Sư thất,
Mang nhiên thú lưỡng đầu!

智常一日問師曰。佛說三乘法，又言最上乘。弟子未解，願為教授。

Trí Thường nhất nhật vấn Sư viết: "Phật thuyết Tam thừa pháp, hựu ngôn: Tối thượng thừa. Đệ tử vị giải, nguyện vị giáo thọ."

師曰。汝觀自本心，莫著外法相。法無四乘，人心自有等差。見聞轉誦是小乘。悟法解義是中乘。依法修行是大乘。萬法盡通，萬法俱備，一切不染，離諸法相，一無所得，名最上乘。乘是行義，不在口爭。汝須自修，莫問吾也。一切時中，自性自如。

Sư viết: "Nhữ quán tự bản tâm, mạc trước ngoại pháp tướng. Pháp vô tứ thừa, nhân tâm tự hữu đẳng sai. Kiến, văn, chuyển tụng thị Tiểu thừa. Ngộ Pháp, giải nghĩa, thị Trung thừa. Y Pháp tu hành, thị Đại thừa. Vạn pháp tận thông, vạn pháp cụ bị, nhất thiết bất nhiễm, ly chư pháp tướng, nhất vô sở đắc, danh Tối thượng thừa. Thừa thị hành nghĩa, bất tại khẩu tranh. Nhữ tu tự tu, mạc vấn ngô dã. Nhất thiết thời trung, tự tánh tự như."

常禮謝，執侍終師之世。

Thường lễ tạ, chấp thị chung Sư chi thế.

CƠ DUYÊN

僧志道。廣州，南海人也。請益曰。學人自出家，覽涅槃經十載有餘，未明大意。願和尚垂誨。

Tăng Chí Đạo, Quảng Châu, Nam Hải nhân dã. Thỉnh ích viết: "Học nhân tự xuất gia, lãm Niết-bàn Kinh thập tải hữu dư, vị minh đại ý. Nguyện Hòa thượng thùy hối."

師曰。汝何處未明。

Sư viết: "Nhữ hà xứ vị minh?"

曰。諸行無常，是生滅法。生滅滅已，寂滅為樂。於此疑惑。

Viết: "Chư hành vô thường, thị sanh diệt pháp. Sanh diệt diệt dĩ, tịch diệt vi lạc. Ư thử nghi hoặc."

師曰。汝作麼生疑。

Sư viết: "Nhữ tác ma sanh nghi?"

曰。一切眾生皆有二身，色身法身也。色身無常，有生有滅。法身有常，無知無覺。經云。生滅滅已，寂滅為樂者。不審何身寂滅，何身受樂。若色身者，色身滅時，四大分散，全然是苦。苦不可言樂。若法身寂滅，即同草木，瓦石，誰當受樂。

Viết: "Nhất thiết chúng sanh giai hữu nhị thân: Sắc thân, Pháp thân dã. Sắc thân vô thường: hữu sanh, hữu diệt. Pháp thân hữu thường: vô tri, vô giác. Kinh vân: "Sanh diệt diệt dĩ, tịch diệt vi lạc" giả, bất thẩm hà thân tịch diệt? Hà thân thọ lạc? Nhược sắc thân giả, sắc thân diệt thời, tứ đại phân tán, toàn nhiên thị khổ. Khổ, bất khả ngôn lạc. Nhược Pháp thân tịch diệt, tức đồng thảo mộc, ngõa thạch, thùy đương thọ lạc?

又，法性是生滅之體，五蘊是生滅之用。一體，五用，生滅是常。生，則從體起用。滅，則攝用歸體。若聽更生，即有情之類，不斷，不滅。若不聽更生，則永歸寂滅，同於無情之物。如是，則一切諸法被涅槃之所禁伏，尚不得生，何樂之有。

"Hựu, pháp tánh thị sanh diệt chi thể, ngũ uẩn thị sanh diệt chi dụng. Nhất thể, ngũ dụng, sanh diệt thị thường. Sanh tắc tùng thể khởi dụng, diệt tắc nhiếp dụng quy thể. Nhược thính cánh sanh, tức hữu tình chi loại, bất đoạn, bất diệt. Nhược bất thính cánh sanh, tắc vĩnh quy tịch diệt, đồng ư vô tình chi vật. Như thị, tắc nhất thiết chư pháp bị Niết-bàn chi sở cấm phục, thượng bất đắc sanh, hà lạc chi hữu?"

師曰。汝是釋子，何習外道斷常邪見而議最上乘法。

Sư viết: "Nhữ thị Thích tử, hà tập ngoại đạo đoạn thường tà kiến nhi nghị Tối thượng thừa pháp?

據汝所說，即色身外別有法身，離生滅求於寂滅。又，推涅槃常樂，言有身受用。斯乃執吝生死，耽著世樂。汝今當知，佛為一切迷人，認五蘊和合為自體相，分別一切法為外塵相，好生惡死，念念遷流，不知夢幻虛假，枉受輪迴，以常樂涅槃翻為苦相，終日馳求。

"Cứ nhữ sở thuyết, tức sắc thân ngoại biệt hữu Pháp thân, ly sanh diệt, cầu ư tịch diệt. Hựu, suy Niết-bàn thường lạc, ngôn hữu thân thọ dụng. Tư nãi chấp lận sanh tử, đam trước thế lạc. Nhữ kim đương tri: Phật vị nhất thiết mê nhân, nhận ngũ uẩn hòa hiệp vi tự thể tướng, phân biệt nhất thiết pháp vi ngoại trần tướng, háo sanh ố tử, niệm niệm thiên lưu, bất tri mộng huyễn hư giả, uổng thọ luân hồi, dĩ thường lạc Niết-bàn phiên vi khổ tướng, chung nhật trì cầu!

佛愍此故，乃示涅槃真樂，剎那無有生相，剎那無有滅相，更無生滅可滅，是則寂滅現前。當現前時，亦無現前之量，乃謂常樂。此樂無有受者，亦無不受者，豈有一體五用之名。何況更言涅槃禁伏諸法，令永不生。斯乃謗佛毀法。聽吾偈曰。

"Phật mẫn thử cố, nãi thị Niết-bàn chân lạc, sát-na vô hữu sanh tướng, sát-na vô hữu diệt tướng, cánh vô sanh diệt khả diệt, thị tắc tịch diệt hiện tiền. Đương hiện tiền thời, diệc vô hiện tiền chi lượng, nãi vị thường lạc. Thử lạc vô hữu thọ giả, diệc vô bất thọ giả, khởi hữu "nhất thể ngũ dụng" chi danh? Hà huống cánh ngôn Niết-bàn cấm phục chư pháp, linh vĩnh bất sanh? Tư nãi báng Phật, hủy Pháp. Thính ngô kệ viết:

無上大涅槃，
圓明常寂照。
凡愚謂之死，
外道執為斷。

Vô thượng Đại Niết-bàn,
Viên minh thường tịch chiếu.
Phàm ngu vị chi tử,
Ngoại đạo chấp vi đoạn;

諸求二乘人，
目以為無作。
盡屬情所計，
六十二見本。

Chư cầu Nhị thừa nhân,
Mục dĩ vi vô tác.
Tận thuộc tình sở kế,
Lục thập nhị kiến bản.

妄立虛假名，
何為真實義。
惟有過量人，
通達無取捨。

Vọng lập hư giả danh,
Hà vi chân thật nghĩa?
Duy hữu quá lượng nhân,
Thông đạt vô thủ xả.

以知五蘊法，
及以蘊中我。
外現眾色象，
一一音聲相。

Dĩ tri ngũ uẩn pháp.
Cập dĩ uẩn trung ngã.
Ngoại hiện chúng sắc tượng,
Nhất nhất âm thanh tướng.

平等如夢幻，
不起凡聖見，
不作涅槃解，
二邊三際斷。

Bình đẳng như mộng huyễn,
Bất khởi phàm thánh kiến.
Bất tác Niết-bàn giải,
Nhị biên, tam tế đoạn.

常應諸根用，
而不起用想。
分別一切法，
不起分別想。

Thường ứng chư căn dụng,
Nhi bất khởi dụng tưởng.
Phân biệt nhất thiết pháp,
Bất khởi phân biệt tưởng.

劫火燒海底，
風鼓山相擊，
真常寂滅樂，
涅槃相如是。

Kiếp hỏa thiêu hải để,
Phong cổ sơn tương kích.
Chân, thường, tịch diệt, lạc,
Niết-bàn tướng như thị.

吾今彊言說，
令汝捨邪見。
汝勿隨言解，
許汝知少分。

Ngô kim cưỡng ngôn thuyết.
Linh nhữ xả tà kiến.
Nhữ vật tùy ngôn giải,
Hứa nhữ tri thiểu phận.

志道聞偈大悟，踊躍作禮而退。

Chí Đạo văn kệ đại ngộ, dũng dược tác lễ nhi thối.

行思禪師，生吉州，安城，劉氏。聞曹溪法席盛化，徑來參禮，遂問曰。當何所務，即不落階級。

Hành Tư Thiền sư, sanh Cát Châu, An Thành, Lưu thị. Văn Tào Khê pháp tịch thạnh hóa, kinh lai tham lễ, toại vấn viết: "Đương hà sở vụ, tức bất lạc giai cấp?"

師曰。汝曾作什麼來。

Sư viết: "Nhữ tằng tác thập ma lai?"

曰。聖諦亦不為。

Viết: "Thánh đế diệc bất vi."

師曰。落何階級。

Sư viết: "Lạc hà giai cấp?"

曰。聖諦尚不為。何階級之有。

Viết: "Thánh đế thượng bất vi, hà giai cấp chi hữu?"

師深器之，令思首眾。一日，師謂曰。汝當分化一方。無令斷絕。

Sư thâm khí chi, linh Tư thủ chúng. Nhất nhật, Sư vị viết: "Nhữ đương phân hóa nhất phương, vô linh đoạn tuyệt."

CƠ DUYÊN

思既得法，遂回吉州，青原山，弘法紹化，諡弘濟禪師。

Tư ký đắc Pháp, toại hồi Cát Châu, Thanh Nguyên sơn, hoằng pháp thiệu hóa. Thụy Hoằng Tế Thiền sư.

懷讓禪師，金州，杜氏子也。初謁嵩山安國師，安發之曹溪參扣。讓至禮拜。

Hoài Nhượng Thiền sư, Kim Châu, Đỗ thị tử dã. Sơ yết Tung sơn An quốc sư, An phát chi Tào Khê tham khấu. Nhượng chí lễ bái.

師曰。甚處來。

Sư viết: "Thậm xứ lai?"

曰。嵩山。

Viết: "Tung sơn."

師曰。什麼物，恁麼來。

Sư viết: "Thập ma vật, nhẫm ma lai?"

曰。說似一物即不中。

Viết: "Thuyết tự nhất vật tức bất trúng."

師曰。還可修證否。

Sư viết: "Hoàn khả tu chứng phủ?"

曰。修證即不無，污染即不得。

Viết: "Tu chứng tức bất vô, ô nhiễm tức bất đắc."

師曰。只此不污染，諸佛之所護念。汝既如是，吾亦如是。西天般若多羅讖。汝足下出一馬駒，踏殺天下人。應在汝心，不須速說。

Sư viết: "Chỉ thử bất ô nhiễm, chư Phật chi sở hộ niệm. Nhữ ký như thị, ngô diệc như thị. Tây Thiên Bát-nhã Đa-la sấm: 'Nhữ túc hạ xuất nhất mã câu, đạp sát thiên hạ nhân.' Ứng tại nhữ tâm, bất tu tốc thuyết."

讓豁然契會。遂執侍左右一十五載，日臻玄奧。後往南嶽，大闡禪宗敕謚大慧禪師。

Nhượng khoát nhiên khế hội. Toại chấp thị tả, hữu nhất thập ngũ tải, nhật trăn huyền áo. Hậu văng Nam Nhạc, đại xiển Thiền tông. Sắc thụy Đại Huệ Thiền sư.

永嘉玄覺禪師，溫州，戴氏子。少習經論，精天台止觀法門。因看維摩經，發明心地。偶，師弟子玄策相訪，與其劇談，出言暗合諸祖。

Vĩnh Gia Huyền Giác Thiền sư, Ôn Châu, Đái thị tử. Thiếu tập kinh luận, tinh Thiên Thai Chỉ Quán pháp môn. Nhân khán Duy-ma Kinh, phát minh tâm địa. Ngẫu, Sư đệ tử Huyền Sách tương phóng, dữ kỳ kịch đàm, xuất ngôn ám hợp chư Tổ.

策云。仁者得法師誰。

Sách vân: "Nhân giả đắc pháp sư thùy?"

曰。我聽方等經論,各有師承。後於維摩經悟佛心宗,未有證明者。

Viết: "Ngã thính Phương đẳng kinh luận, các hữu sư thừa. Hậu ư Duy-ma Kinh ngộ Phật tâm tông, vị hữu chứng minh giả."

策云。威音王已前即得。威音王已後,無師自悟,盡是天然外道。

Sách vân: "Oai Âm Vương dĩ tiền tức đắc. Oai Âm Vương dĩ hậu, vô sư tự ngộ, tận thị thiên nhiên ngoại đạo."

曰。願仁者為我證據。

Viết: "Nguyện nhân giả vị ngã chứng cứ."

策云。我言輕。曹溪有六祖大師,四方雲集,並是受法者。若去,則與偕行。

Sách vân: "Ngã ngôn khinh. Tào Khê hữu Lục Tổ Đại sư, tứ phương vân tập, tịnh thị thọ pháp giả. Nhược khứ, tắc dữ giai hành."

覺遂同策來參,繞師三帀,振錫而立。

Giác toại đồng Sách lai tham, nhiễu Sư tam táp, chấn tích nhi lập.

師曰。夫,沙門者,具三千威儀,八萬細行。大德自何方而來,生大我慢。

Sư viết: "Phù, sa-môn giả, cụ tam thiên oai nghi, bát vạn tế hạnh. Đại đức tự hà phương nhi lai, sanh đại ngã mạn?"

覺曰。生死事大，無常迅速。

Giác viết: "Sanh tử sự đại, vô thường tấn tốc."

師曰。何不體取無生，了無速乎。

Sư viết: "Hà bất thể thủ vô sanh, liễu vô tốc hồ?"

曰。體即無生，了本無速。

Viết: "Thể tức vô sanh, liễu bản vô tốc."

師曰。如是，如是。

Sư viết: "Như thị, như thị."

玄覺方具威儀禮拜，須臾告辭。

Huyền Giác phương cụ oai nghi lễ bái, tu du cáo từ.

師曰。返太速乎。

Sư viết: "Phản thái tốc hồ?"

曰。本自非動，豈有速耶。

Viết: "Bản tự phi động, khởi hữu tốc da?"

師曰。誰知非動。

Sư viết: "Thùy tri phi động?"

曰。仁者自生分別。

Viết: "Nhân giả tự sanh phân biệt."

師曰。汝甚得無生之意。

Sư viết: "Nhữ thậm đắc vô sanh chi ý."

曰。無生豈有意耶。

Viết: "Vô sanh khởi hữu ý da?"

師曰。無意，誰當分別。

Sư viết: "Vô ý, thùy đương phân biệt?"

曰。分別亦非意。

Viết: "Phân biệt diệc phi ý."

師曰。善哉。

Sư viết: "Thiện tai!"

少留一宿。時謂一宿覺。後著證道歌，盛行於世。謚曰無相大師，時稱為真覺焉。

Thiểu lưu nhất túc. Thời vị "Nhất túc giác". Hậu, trước Chứng đạo ca, thạnh hành ư thế. Thụy viết Vô Tướng Đại sư, thời xưng vi Chân Giác yên.

禪者智隍，初參五祖，自謂已得正受。菴居長坐，積二十年。師弟子玄策，游方至河朔，聞隍之名，詣菴問云。汝在此作什麼。

Thiền giả Trí Hoàng, sơ tham Ngũ Tổ, tự vị dĩ đắc chánh thọ. Am cư trường tọa, tích nhị thập niên. Sư đệ tử Huyền Sách, du phương chí Hà Sóc, văn Hoàng chi danh, tháo am vấn vân: "Nhữ tại thử tác thập ma?"

隍曰。入定。

Hoàng viết: "Nhập định."

策云。汝云入定，為有心入耶，無心入耶。若無心入者，一切無情草木，瓦石，應合得定。若有心入者，一切有情含識之流，亦應得定。

Sách vân: "Nhữ vân 'Nhập định,' vi hữu tâm nhập da? Vô tâm nhập da? Nhược vô tâm nhập giả, nhất thiết vô tình thảo mộc, ngõa thạch, ưng hợp đắc định. Nhược hữu tâm nhập giả, nhất thiết hữu tình hàm thức chi lưu, diệc ưng đắc định."

隍曰。我正入定時，不見有有無之心。

Hoàng viết: "Ngã chánh nhập định thời, bất kiến hữu hữu vô chi tâm."

策云。不見有有無之心，即是常定，何有出入。若有出入，即非大定。

Sách vân: "Bất kiến hữu hữu vô chi tâm, tức thị thường định, hà hữu xuất nhập? Nhược hữu xuất nhập, tức phi đại định."

隍無對。良久，問曰。師嗣誰耶。

Hoàng vô đối. Lương cửu, vấn viết: "Sư tự thùy da?"

策云。我師曹溪六祖。

Sách vân: "Ngã sư Tào Khê Lục Tổ."

隍云。六祖以何為禪定。

Hoàng vân: "Lục Tổ dĩ hà vi thiền định?"

策云。我師所說，妙湛，圓寂，體用如如。五陰本空，六塵非有，不出不入，不定不亂。禪性無住，離住禪寂。禪性無生，離生禪想。心如虛空，亦無虛空之量。

Sách vân: "Ngã Sư sở thuyết, diệu trạm, viên tịch, thể

dụng như như. Ngũ ấm bản không, lục trần phi hữu; bất xuất, bất nhập, bất định, bất loạn. Thiền tánh vô trụ, ly trụ thiền tịch. Thiền tánh vô sanh, ly sanh thiền tưởng. Tâm như hư không, diệc vô hư không chi lượng."

隍聞是說。徑來謁師。

Hoàng văn thị thuyết, kinh lai yết Sư.

師問云。仁者何來。隍具述前緣。

Sư vấn vân: "Nhân giả hà lai?" Hoàng cụ thuật tiền duyên.

師云。誠如所言。汝但心如虛空，不著空見，應用無礙，動靜無心，凡聖情忘，能所俱泯，性相如如，無不定時也。

Sư vân: "Thành như sở ngôn. Nhữ đãn tâm như hư không, bất trước không kiến, ứng dụng vô ngại, động tĩnh vô tâm, phàm thánh tình vong, năng sở câu dẫn, tánh tướng như như; vô bất định thời dã."

隍於是大悟。二十年所得心，都無影響。其夜，河北士庶聞空中有聲云。隍禪師今日得道。

Hoàng ư thị đại ngộ. Nhị thập niên sở đắc tâm, đô vô ảnh hưởng. Kỳ dạ, Hà Bắc sĩ thứ văn không trung hữu thinh vân: "Hoàng Thiền sư kim nhật đắc Đạo."

隍後禮辭。復歸河北。開化四眾。

Hoàng hậu lễ từ; phục quy Hà Bắc, khai hóa tứ chúng.

一僧問師，云。黃梅意旨，甚麼人得。

Nhất tăng vấn Sư, vân: "Hoàng Mai ý chỉ, thậm ma nhân đắc?"

師云。會佛法人得。

Sư vân: "Hội Phật pháp nhân đắc."

僧云。和尚還得否。

Tăng vân: "Hòa thượng hoàn đắc phủ?"

師云。我不會佛法。

Sư vân: "Ngã bất hội Phật pháp."

師一日欲濯所授之衣，而無美泉。因至寺後五里許，見山林鬱茂，瑞氣盤旋。師振錫卓地，泉應手而出，積以為池。乃膝跪浣衣石上。

Sư nhất nhật dục trạc sở thọ chi y, nhi vô mỹ tuyền. Nhân chí tự hậu ngũ lý hử, kiến sơn lâm uất mậu, thụy khí bàn tuyền. Sư chấn tích trác địa, tuyền ứng thủ nhi xuất, tích dĩ vi trì. Nãi tất quỵ cán y thạch thượng.

忽有一僧來禮拜，云。方辯是西蜀人。昨於南天竺國，見達磨大師，囑方辯。速往唐土，吾傳大迦葉正法眼藏及僧伽梨，見傳六代於韶州曹溪。汝去瞻禮。方辯遠來。願見我師傳來衣缽。

Hốt hữu nhất tăng lai lễ bái, vân: "Phương Biện thị Tây

Thục nhân. Tạc ư Nam Thiên Trúc quốc, kiến Đạt-ma Đại sư, chúc Phương Biện 'Tốc vãng Đường thổ, ngô truyền Đại Ca-diếp Chánh pháp nhãn tạng cập Tăng-già-lê, kiến truyền lục đại ư Thiều Châu Tào Khê. Nhữ khứ chiêm lễ.' Phương Biện viễn lai, nguyện kiến ngã sư truyền lai y bát."

師乃出示。次問，上人攻何事業。

Sư nãi xuất thị, thứ vấn: "Thượng nhân công hà sự nghiệp?"

曰。善塑。師正色，曰。汝試塑看。

Viết: "Thiện tố." Sư chánh sắc, viết: "Nhữ thí tố khán."

辯罔措。過數日，塑就真相，可高七寸，曲盡其妙。

Biện võng thố. Quá số nhật, tố tựu chân tướng, khả cao thất thốn, khúc tận kỳ diệu.

師笑曰。汝只解塑性，不解佛性。

Sư tiếu viết: "Nhữ chỉ giải tố tánh, bất giải Phật tánh."

師舒手摩方辯頂，曰。永為人天福田。

Sư thư thủ ma Phương Biện đỉnh, viết: "Vĩnh vi nhân thiên phước điền."

師仍以衣酬之。辯取衣分為三，一披塑像，一自留，一用椶裹瘞地中。誓曰，後得此衣，乃吾出世，住持於此。

Sư nhưng dĩ y thù chi. Biện thủ y phân vi tam: nhất phi tố tượng, nhất tự lưu, nhất dụng tông khỏa ý địa trung, thệ viết "Hậu đắc thử y, nãi ngô xuất thế, trụ trì ư thử".

重建殿宇。宋嘉祐八年。有僧惟先。修殿掘地。得衣如新。像在高泉寺。祈禱輒應。

Trùng kiến điện võ, Tống Gia Hựu bát niên, hữu tăng Duy Tiên, tu điện quật địa, đắc y như tân, tượng tại Cao Tuyền tự, kỳ đảo triếp ứng.

有僧舉臥輪禪師偈云。

Hữu tăng cử Ngọa Luân Thiền sư kệ vân:

臥輪有伎倆，
能斷百思想。
對境心不起，
菩提日日長。

Ngọa Luân hữu kỹ lưỡng,
Năng đoạn bá tư tưởng.
Đối cảnh, tâm bất khởi,
Bồ-đề nhật nhật trưởng.

師聞之。曰。此偈未明心地。若依而行之。是加繫縛。因示一偈曰。

Sư văn chi, viết: "Thử kệ vị minh tâm địa, nhược y nhi hành chi, thị gia hệ phược." Nhân thị nhất kệ viết:

惠能沒伎倆，
不斷百思想。

對境心數起，
菩提作麼長。

Huệ Năng một kỹ lưỡng,
Bất đoạn bá tư tưởng.
Đối cảnh tâm sác khởi,
Bồ-đề tác ma trưởng?

❖ VIỆT VĂN

PHẨM THỨ VII

CƠ DUYÊN

Từ khi Sư đắc pháp tại Hoàng Mai, đến sau về thôn Tào Hầu nơi Thiều Châu, không ai hay biết. Khi ấy, có người nho sĩ là Lưu Chí Lược lấy lễ nghi mà đãi ngộ rất hậu. Chí Lược có người cô xuất gia, tên Vô Tận Tạng, thường tụng kinh Đại Niết-bàn. Sư nghe qua, liền biết nghĩa mầu nhiệm, bèn giải thuyết cho nghe. Vị ni sư này mới cầm quyển kinh mà hỏi chữ.

Sư nói: "Chữ thì không biết, nhưng nghĩa xin cứ hỏi."

Ni sư nói: "Chữ còn chẳng biết, sao hiểu được nghĩa?"

Sư nói: "Lý mầu nhiệm của chư Phật chẳng quan hệ với văn tự."

Ni sư lấy làm lạ lắm, mới nói với các vị kỳ đức trong thôn rằng: "Ấy quả là bậc có đạo, nên thỉnh mà cúng dường."

***

Có người cháu năm đời của Ngụy Võ Hầu[1] là Tào Thúc Lương cùng với cư dân đua nhau đến lễ bái. Khi ấy, ngôi chùa cổ Bảo Lâm vì nạn binh lửa từ cuối đời Tùy đã hư đổ, người ta bèn cất lại trên nền cũ ngôi chùa mới, thỉnh Sư ở đó, không bao lâu thành một ngôi chùa lớn. Sư ở đó được hơn chín tháng, lại bị đẳng hung ác tìm đến. Sư mới lánh vào vùng núi phía trước. Bọn ác đẳng liền phóng hỏa đốt cỏ cây,

---

[1] Tức là Ngụy Vương Tào Tháo, sau khi con là Tào Phi cướp ngôi nhà Hán, truy tôn thụy hiệu là Thái Tổ Võ Hoàng đế.

Sư ẩn mình trong một hòn đá mà thoát nạn. Hòn đá ấy ngày nay còn có dấu gối ngồi kiết già lõm vào¹ và những lằn áo vải của Sư, nhân đó gọi là tỵ nạn thạch.² Sư nhớ lại lời dặn xưa của Ngũ Tổ,³ bèn đến ẩn ở hai nơi ấy.⁴

Có vị tăng hiệu Pháp Hải, người Khúc Giang, Thiều Châu, lần đầu tham bái Tổ Sư, hỏi rằng: "Thế nào là nghĩa tức tâm tức Phật? Xin ngài chỉ dạy."

Sư đáp: "Niệm trước chẳng sanh là tâm, niệm sau chẳng diệt là Phật.⁵ Thành tựu hết thảy các tướng tức là tâm, lìa hết thảy các tướng tức là Phật. Nếu nói ra cho đủ, trọn kiếp cũng không hết được. Hãy nghe bài kệ này:

Tức Tâm là tuệ,
Tức Phật ấy định.
Định, Tuệ cùng trì,
Ý được thanh tịnh.

Ngộ Pháp môn này,
Do tập tánh ngươi.
Dụng vốn không sanh.
Song tu⁶ là đúng.

Pháp Hải nghe xong tỉnh ngộ, đọc kệ khen rằng:

---

¹ Sư ngồi kiết già tham thiền bên trong hòn đá mới khỏi nạn chết cháy.
² Tỵ nạn thạch: hòn đá tỵ nạn.
³ "Gặp Hoài thì ngừng, gặp Hội thì ẩn."
⁴ Hai huyện: Hoài Tập, ở Quảng Tây và Tứ Hội ở Quảng Đông.
⁵ Niệm trước tức là niệm đã qua, niệm sau là niệm chưa đến.
⁶ Tu cả Định và Tuệ.

> *Tức tâm nguyên là Phật,*
> *Chẳng ngộ mà tự khuất.*
> *Hiểu ra nhờ định tuệ,*
> *Song tu lìa muôn vật.*

Pháp Đạt, người Hồng Châu, bảy tuổi xuất gia, thường tụng Kinh Pháp Hoa. Khi đến lễ Tổ Sư, đầu chẳng sát đất. Tổ quở rằng: "Làm lễ mà đầu không sát đất, chi bằng đừng lễ. Trong tâm ngươi hẳn có điều gì chất chứa, nói ra xem?"

Thưa rằng: "Tôi niệm Kinh Pháp Hoa đã tới ba ngàn bộ."

Sư nói: "Nếu nhà ngươi niệm đến muôn bộ, hiểu được ý kinh, nhưng chẳng cho đó là hơn người, thì cùng đi một đường với ta. Nay nhà ngươi ỷ vào việc tụng kinh, nên chẳng biết lỗi. Hãy nghe kệ đây:

> *Lễ vốn diệt kiêu mạn,*
> *Sao đầu chẳng sát đất?*
> *Chấp ngã, tội liền sanh,*
> *Quên công, phước cao ngất."*

Sư lại hỏi: "Ngươi tên chi?" Thưa: "Pháp Đạt." Sư nói: "Ngươi tên Pháp Đạt, đã đạt pháp bao giờ?" Ngài liền thuyết kệ rằng:

> *Ngươi nay tên Pháp Đạt,*
> *Siêng tụng chưa ngừng nghỉ.*
> *Chỉ theo âm thanh tụng,*
> *Tâm sáng mới Bồ Tát.*
> *Ngươi nay thật có duyên,*

Ta vì ngươi giảng thuyết:
Chỉ tin Phật không nói,[1]
Hoa sen từ miệng nở.

Pháp Đạt nghe kệ, hối lỗi mà tạ rằng: "Từ nay về sau xin khiêm cung với tất cả. Đệ tử này tụng Kinh Pháp Hoa, chưa hiểu nghĩa kinh, lòng thường có chỗ nghi. Hòa thượng trí tuệ quảng đại, xin lược thuyết nghĩa lý trong kinh."

Sư nói: "Pháp Đạt! Pháp tự nhiên thông đạt, chỉ tâm ngươi chẳng đạt. Kinh vốn không nghi, tâm ngươi tự nghi. Ngươi niệm kinh này, lấy chi làm tông?

Pháp Đạt thưa : "Đệ tử này căn tánh tối tăm ngu dốt, xưa nay chỉ cứ y theo văn mà tụng niệm, đâu biết được tông thú của kinh."

Sư nói: "Ta không biết chữ, ngươi cứ theo kinh tụng qua một lần, ta sẽ giảng giải cho nghe."

Pháp Đạt lớn tiếng niệm kinh, đến phẩm Thí Dụ.

Sư bảo: "Thôi, đủ rồi. Kinh này nguyên lai lấy nhân duyên xuất thế làm tông. Dù thuyết bao nhiêu thí dụ, cũng không ra ngoài lẽ ấy.

"Thế nào là nhân duyên? Kinh nói : "Chư Phật Thế Tôn chỉ vì nhân duyên một việc lớn mà xuất hiện ở đời." Một việc lớn, đó là tri kiến Phật vậy. Người đời ngoài mê chấp mắc nơi tướng, trong mê chấp mắc lẽ không. Nếu có thể ở nơi tướng lìa được tướng, ở nơi không lìa được không, tức là trong ngoài chẳng mê. Nếu ngộ pháp ấy, một niệm tâm liền khai mở. Đó là khai ngộ tri kiến Phật.

"Phật nghĩa là giác. Phân ra bốn môn: Khai mở tri kiến giác, chỉ rõ tri kiến giác, nhận ra tri kiến giác, và nhập vào

---

[1] Đức Phật vì muốn phá sự cố chấp nơi kinh văn nên có nói: "Ta 49 năm chưa từng nói một lời."

tri kiến giác. Nếu nghe lời khai mở, chỉ rõ, liền được nhận ra, nhập vào, chính là tri kiến giác, chân tánh xưa nay liền được xuất hiện. Ngươi phải cẩn thận đừng hiểu sai ý kinh: Nghe giảng những cách khai mở, chỉ rõ, nhận ra, nhập vào mà cho đó chỉ là tri kiến của Phật, còn mình không có phần.

"Nếu hiểu như vậy, tức là báng bổ kinh, chê bai Phật. Nếu đã là Phật, có đủ tri kiến, cần gì khai mở? Ngươi nên tin tri kiến Phật chỉ là tự tâm ngươi, không có Phật nào khác nữa. Chỉ vì hết thảy chúng sanh tự mình che khuất sự quang minh, tham đắm cảnh trần, gặp duyên bên ngoài thì trong tâm rối loạn, cam chịu sự xô đẩy trôi lăn, mới phải nhọc công đức Thế Tôn từ chánh định khởi lên, dùng không biết bao nhiêu phương tiện dẫn dụ giải thuyết mà khuyên bảo cho tự lắng dịu đi. Chỉ thôi cầu tìm ở bên ngoài là đồng với Phật. Cho nên nói: khai mở tri kiến Phật. Ta cũng khuyên hết thảy mọi người, tự trong tâm mình thường khai mở tri kiến Phật.

"Người đời tâm tà, ngu mê tạo tội. Miệng lành, tâm dữ, tham giận, ganh ghét, tà vạy, cao ngạo, hại người tổn vật, tự khai mở tri kiến chúng sanh. Nếu biết chánh tâm, thường sanh trí tuệ, quán xét tự tâm, thôi việc ác, làm việc lành, ấy là tự mình khai mở tri kiến Phật. Ngươi nên mỗi niệm thường khai mở tri kiến Phật, đừng khai mở tri kiến chúng sanh. Khai mở tri kiến Phật tức là xuất thế. Khai mở tri kiến chúng sanh tức là thế gian. Nếu ngươi chỉ khổ công theo việc niệm kinh, lấy riêng đó làm chỗ công phu, có khác chi con bò đen quý cái đuôi mình?"[1]

Pháp Đạt thưa: "Nếu vậy thì chỉ cần hiểu nghĩa, chẳng cần tụng kinh sao?"

Sư nói: "Kinh có lỗi gì mà ngăn cản ngươi tụng niệm? Chỉ vì mê hay ngộ, lợi hay hại cũng do nơi ngươi. Miệng tụng, tâm

---

[1] Con bò có cái đuôi dài và lớn, đẹp. Nó cho đó là quý nhất.

thực hành, tức chuyển được kinh. Miệng tụng, tâm chẳng thực hành, tức là bị kinh chuyển. Hãy nghe bài kệ này:

Tâm mê, Pháp Hoa chuyển;
Tâm ngộ, chuyển Pháp Hoa.
Tụng kinh lâu chẳng rõ,[1]
Với nghĩa thành oan gia.[2]

Không niệm, niệm là chánh,[3]
Có niệm, niệm thành tà.
Có, không đều quên sạch,
Bò trắng cưỡi chơi xa.[4]

Pháp Đạt nghe kệ, bất giác ứa lệ, đại ngộ, bạch với Sư rằng: "Pháp Đạt này từ trước đến nay thật chưa từng chuyển được Kinh Pháp Hoa, chỉ bị Kinh Pháp Hoa chuyển."

Lại hỏi rằng: "Trong kinh nói:[5] 'Các vị đại Thanh văn cho đến chư vị Bồ Tát dẫu có tận lực cùng nhau suy nghĩ, cũng chẳng đo lường nổi trí tuệ của Phật.' Nay dạy cho phàm phu chỉ cần tỉnh ngộ tự tâm, liền gọi là tri kiến Phật; tự mình chẳng phải bậc thượng căn, sợ chưa khỏi tội hoài nghi, báng bổ? Lại nữa, trong kinh nói đến ba thứ xe: xe dê, xe nai, xe trâu, với xe bò trắng phân biệt khác nhau thế nào? Xin Hòa thượng chỉ dạy thêm cho."

Sư dạy rằng: "Ý kinh vẫn rõ, chỉ tự ngươi mê cho nên trái đi. Người trong ba thừa chẳng lường được Phật trí, là do nơi trí đo lường vậy. Cho dù có tận lực cùng nhau mà suy lường,

---

[1] Chẳng rõ diệu lý, ý chỉ trong kinh.
[2] Vì không hiểu cho nên đối với nghĩa lý trong kinh mình lại làm trái ngược lại.
[3] Vô niệm, vô tác ấy là niệm Kinh, chánh tâm niệm Kinh.
[4] Xe thắng bằng bò trắng chỉ cho Phật thừa hay Nhất thừa; tốt đẹp, lộng lẫy hơn ba loại xe khác: dương xa (xe dê) tức là Thanh văn thừa, lộc xa (xe nai) tức là Duyên giác thừa, ngưu xa (xe trâu) tức là Bồ Tát thừa. (Kinh Pháp Hoa)
[5] Phẩm Phương tiện trong Kinh Pháp Hoa.

lại chỉ càng thêm xa cách. Phật vốn vì phàm phu mà thuyết, chẳng phải vì Phật mà thuyết. Lẽ ấy, nếu ai chẳng tin được, thì đành theo kẻ khác mà thối lui. Không tự biết mình đang ngồi trên xe bò trắng, lại ra ngoài cửa tìm kiếm ba thứ xe khác! Huống chi trong kinh nói rõ với ngươi rằng: Chỉ có một Phật thừa, chớ không có thừa nào khác. Nếu nói hai thừa, ba thừa, cho đến vô số phương tiện, nhân duyên, thí dụ cũng đều là vì có một Phật thừa. Sao nhà ngươi chẳng suy xét? Ba loại xe là giả tạm, vì chuyện thuở xưa. Nhất thừa là chân thật, vì chuyện bây giờ. Chỉ dạy ngươi bỏ vật giả tạm, quay về chân thật. Về chân thật rồi, chân thật cũng không có tên.

"Phải biết rằng những của báu ngươi có, đều thuộc về ngươi, do ngươi thọ dụng, chẳng tưởng là của cha,[1] chẳng tưởng là của con,[2] cũng chẳng tưởng đến việc sử dụng.[3] Ấy gọi là trì Kinh Pháp Hoa, kiếp này sang kiếp khác, tay chẳng rời kinh, ngày đêm không lúc nào chẳng niệm vậy."

Pháp Đạt đội ơn khai ngộ, vui mừng khôn xiết, đọc kệ xưng tán rằng:

> *Tụng ba ngàn bộ kinh,*
> *Tào Khê một câu mất.*
> *Chưa rõ lẽ xuất thế,*
> *Qua bao kiếp mê cuồng.*
> *Dê, nai, trâu, giả lập,*
> *Trước sau, khéo giải bày.*
> *Ai hay trong nhà lửa,*
> *Vốn thật Pháp trung vương.*

Sư nói: "Từ nay có thể gọi ngươi là vị tăng niệm kinh."

Pháp Đạt từ đó lãnh được ý huyền diệu, nhưng cũng không thôi tụng kinh.

---

[1] Cha chỉ là người trên trước mình, ví dụ với chư Phật Như-lai.

[2] Con chỉ là các người nghèo cùng, ví dụ với tất cả chúng sanh.

[3] Cũng chẳng tưởng đến sự xây dùng riêng vào thân mình. Vậy là ba tưởng tiêu trừ hết thảy.

Có vị tăng hiệu Trí Thông, người huyện An Phong, Thọ Châu, trước xem Kinh Lăng-già có hơn ngàn lượt mà chẳng hiểu nghĩa Ba thân, Bốn trí,[1] đến lễ bái Sư cầu giải nghĩa.

Sư dạy rằng: "Một là Thanh tịnh Pháp thân, tức là tánh của ngươi. Hai là Viên mãn Báo thân, tức là trí của ngươi. Ba là Thiên bá ức Hóa thân, tức là hạnh của ngươi. Nếu lìa bản tánh riêng thuyết Ba thân, tức là có thân mà không có trí. Nếu nhận được Ba thân không có tự tánh, tức là Bốn trí Bồ-đề. Hãy nghe bài kệ này:

Tự Tánh đủ Ba thân,
Phát minh thành Bốn trí.
Chẳng lìa duyên thấy nghe,
Vượt lên quả vị Phật,

Nay ta vì ngươi thuyết,
Khéo tin, dứt lòng mê.
Chớ học kẻ tìm cầu,
Suốt ngày luận Bồ-đề.[2]

Trí Thông lại hỏi: "Còn nghĩa Bốn trí có thể được nghe chăng?"

Sư dạy: "Đã hiểu Ba thân, tức rõ nghĩa Bốn trí, sao còn phải hỏi? Nếu lìa Ba Thân riêng bàn Bốn trí, ấy gọi là có trí không thân. Cho dù có trí cũng thành vô trí." Liền thuyết kệ rằng:

Đại viên kính trí: tánh thanh tịnh.
Bình đẳng tánh trí: tâm không bệnh.

---

[1] Ba thân: Pháp thân, Báo thân, Hóa thân. Bốn trí: 1. Tri đại viên kinh 2. Tri bình đẳng tánh, 3. Tri diệu quan sát, 4. Tri thành sở tác. Xem phẩm Sám Hối.

[2] Chỉ luận thuyết mà không trực ngộ.

Diệu quan sát trí: chẳng thấy công.
Thành sở tác trí: như gương tròn.

Năm, tám, sáu, bảy chuyển quả, nhân.[1]
Chỉ là tên gọi, không tánh thật.
Nếu trong luân chuyển, tình chẳng vướng,
Khởi từ phiền nhiễu, Na-già định.

Trí Thông bừng ngộ tánh trí, trình kệ rằng:

Ba thân nguyên bản thể,
Bốn trí tâm sáng soi.
Thân trí, không ngăn ngại,
Tùy vật hiện theo hình.

Khởi tu là vọng động,
Chấp trụ chẳng phải chân.
Lý mầu nhờ Thầy dạy,
Quên sạch danh nhiễm ô.

Có vị tăng hiệu Trí Thường, người huyện Quý Khê, Tín Châu, xuất gia từ thuở nhỏ, lập chí cầu thấy tánh. Một ngày kia đến tham lễ, Sư hỏi: "Ngươi từ đâu đến? Muốn cầu việc chi?"

---

[1] Năm là năm thức: mắt, tai, mũi, lưỡi, thân. Tám là thức thứ tám, gọi là Tăng thức hay A-lại-da thức, bao nhiêu chủng tử tác nghiệp đều hàm chứa nơi đây, nên gọi là tàng (chất chứa). Năm thức vừa kể và Tàng thức đều thuộc về quả. Sáu là thức thứ sáu, tức là ý thức. Bảy là thức thứ bảy, gọi là Ngã kiến thức hay Mạt-na thức. Vì thức này chấp chặt lấy bản ngã mà sinh khởi các pháp, nên gọi là ngã kiến (thấy có tự ngã). Hai thức nói sau này thuộc về nhân. Tất cả các thức này hợp với nhau mà chuyển dịch, vận hành vòng nhân quả của tự thân mỗi chúng sanh.

Đáp: "Kẻ học đạo này gần đây qua Hồng Châu, đến núi Bạch Phong, lễ Đại Thông Hòa thượng, mong được nghe giảng nghĩa thấy tánh thành Phật, nhưng vẫn chưa dứt lòng nghi. Nay lặn lội đường xa đến đây lễ bái, cúi xin Hòa thượng từ bi chỉ bảo."

Sư hỏi: "Hòa thượng Đại Thông nói những gì, ngươi thử nhắc ta nghe xem."

Trí Thường thưa: "Đệ tử đến đó, trải qua ba tháng chưa được chỉ dạy điều chi. Bởi quá thiết tha cầu pháp, nên đêm kia mới một mình vào phương trượng, thưa hỏi rằng: 'Thế nào là bản tâm, bản tánh của Trí Thường?'

"Sư Đại Thông hỏi lại: 'Ngươi có thấy hư không hay chăng?'

"Đáp rằng: 'Có thấy.'

"Sư hỏi: 'Ngươi thấy hư không có tướng mạo gì chăng?'

"Thưa rằng: 'Hư không không có hình dạng, sao có tướng mạo?'

"Sư nói: 'Bản tánh của ngươi cũng như hư không vậy, thảy không một vật gì có thể thấy, gọi là chánh kiến; không một vật gì có thể nhận biết, gọi là chân trí. Không có xanh vàng, dài ngắn, chỉ thấy gốc nguồn trong sạch, thể giác tròn sáng, gọi là thấy tánh thành Phật, cũng gọi là tri kiến Như Lai.'

"Kẻ học đạo này tuy nghe giảng vậy, vẫn còn chưa rõ được. Xin Hòa thượng chỉ bảo cho."

Sư nói: "Hòa thượng ấy thuyết như vậy vẫn còn chỗ thấy biết, cho nên khiến ngươi chưa hiểu. Nay ta cho ngươi nghe bài kệ này:

Chẳng pháp nào thấy, còn 'không thấy',
Như mây u ám che mặt trời.
Chẳng pháp nào biết, giữ 'không biết',
Lại như tia chớp sanh lưng trời.

Chỗ thấy biết ấy, bỗng dưng hiện,
Nhận lầm rồi, phương tiện hiểu đâu?
Ngươi nên mỗi niệm, tự biết quấy,
Tự thân linh quang thường chiếu rọi.

Trí Thường nghe kệ, tâm ý sáng rõ, thuật kệ rằng:

Không dưng khởi thấy biết,
Chấp tướng cầu Bồ-đề.
Còn giữ một niệm 'ngộ',
Chưa vượt nhiều kiếp mê.

Tự tánh giác nguyên thể,
Ứng hiện uổng trôi lăn.
Chẳng vào thất Tổ Sư,
Ngu mê theo hai đầu.[1]

Một ngày kia, Trí Thường hỏi Sư rằng: "Phật thuyết Ba thừa, lại nói Tối thượng thừa. Đệ tử này chưa hiểu, xin Thầy dạy cho."

Sư nói: "Ngươi tự quán xét bản tâm, đừng vướng mắc pháp tướng bên ngoài. Pháp không có bốn thừa, chỉ tâm người tự có sai biệt: Thấy, nghe, chuyển tụng, ấy là bậc Tiểu thừa. Ngộ Pháp, hiểu nghĩa, ấy là bậc Trung thừa. Y pháp tu hành, ấy là bậc Đại thừa. Muôn pháp đều thông hết, muôn pháp đủ cả, đối với hết thảy đều chẳng đắm nhiễm, lìa các pháp tướng, không có chỗ sở đắc, gọi là Tối thượng thừa. Thừa là nghĩa thực hành, chẳng phải tranh biện ở miệng. Ngươi nên tự tu hành, đừng hỏi ta vậy. Bất cứ lúc nào tự tánh vẫn tự như như."

Trí Thường lễ tạ, theo hầu Sư đến trọn đời.

---

[1] Không đạt đến chỗ viên dung, còn bám víu chỗ thấy biết hoặc không thấy biết.

Có vị tăng hiệu Chí Đạo, người huyện Nam Hải, Quảng Châu, thưa hỏi rằng: "Kẻ học đạo này từ khi xuất gia, xem Kinh Niết-bàn có hơn mười năm nhưng chưa rõ đại ý. Xin Hòa thượng dạy cho."

Sư hỏi: "Ngươi chưa rõ chỗ nào?"

Chí Đạo thưa: "Các hành vô thường, là pháp sanh diệt. Sanh diệt diệt rồi, tịch diệt là vui.[1] Đệ tử còn nghi hoặc ở chỗ ấy."

Sư hỏi: "Ngươi nghi hoặc thế nào?"

Thưa rằng: "Chúng sanh đều có hai thân: sắc thân và pháp thân. Sắc thân là vô thường, có sanh, có diệt. Pháp thân là thường: không tri, không giác. Trong Kinh[2] nói rằng: Sanh, diệt, diệt rồi, tịch diệt là vui. Chẳng rõ thân nào tịch diệt? Thân nào hưởng vui? Nếu là sắc thân, thời lúc sắc thân diệt đi, tứ đại phân tán, toàn là khổ cả. Khổ, chẳng thể nói là vui. Nếu là pháp thân tịch diệt, liền đồng với cỏ cây, gạch đá, vậy cái gì sẽ hưởng sự vui? Lại nữa, Pháp tánh là thể của sanh diệt, năm uẩn là dụng của sanh diệt. Một thể, năm dụng, sanh diệt là thường. Sanh tức do thể khởi dụng, diệt tức thâu dụng về thể. Nếu cho nó sanh, tức là loài hữu tình, chẳng đoạn, chẳng diệt. Nếu chẳng cho nó sanh, tức theo về tịch diệt, đồng với loài vô tình. Như vậy, hết thảy các pháp đều bị Niết-bàn ngăn chặn, sanh còn chẳng đặng, có gì vui đâu?"

Sư nói: "Ngươi là con nhà họ Thích,[3] sao tập lấy cái tà kiến

---

[1] Bài kệ trong Kinh Niết-bàn: "Chư hành vô thường, thị sanh diệt pháp. Sanh diệt diệt dĩ, tịch diệt vi lạc."

[2] Đây dẫn Phẩm Thánh hạnh, Kinh Niết-bàn.

[3] Phật xưa là Thích-ca. Người xuất gia lấy pháp hiệu họ Thích, theo như họ

đoạn, thường của ngoại đạo mà bàn pháp Tối thượng thừa?

"Cứ như thuyết của ngươi, tức là ngoài sắc thân, riêng có pháp thân, rời khỏi sanh diệt, cầu nơi tịch diệt. Lại suy rằng cảnh Niết-bàn là thường tồn và vui, nên nói có thân thọ dụng. Đó tức là bám lấy cái ý tham tiếc chuyện sống chết, say đắm cuộc vui ở đời. Nay ngươi nên biết rằng: Phật vì hết thảy người mê nhận năm uẩn hòa hiệp làm tướng tự thể, phân biệt hết thảy các pháp làm tướng ngoại trần, tham sống sợ chết, niệm niệm trôi lăn, chẳng biết vốn là mộng huyễn hư dối, uổng chịu kiếp luân hồi, lấy cảnh Niết-bàn thường, vui hóa làm tướng khổ suốt ngày rong ruổi tìm kiếm. Vì Phật thương những chúng sanh ấy, mới chỉ ra cho cảnh vui chân thật của Niết-bàn, không một sát-na nào có tướng sanh, không một sát-na nào có tướng diệt; lại cũng không có sự sanh diệt có thể diệt được. Ấy là cảnh tịch diệt hiện tiền. Đương lúc hiện ra nơi hiện tiền, cũng không có cái hạn lượng nơi hiện tiền, mới gọi là cảnh thường, vui. Cảnh vui ấy không có người thọ lấy, cũng không có ai không thọ cả, làm sao lại có cái tên gọi là một thể năm dụng? Huống chi lại nói rằng Niết-bàn ngăn chặn các pháp khiến cho mãi mãi chẳng sanh? Đó tức là báng bổ Phật, chê bai Pháp. Hãy nghe bài kệ này:

Đại Niết-bàn trên hết,
Tròn sáng thường lặng chiếu.
Phàm ngu cho là chết,
Ngoại đạo chấp dứt đoạn.

Những người cầu Nhị thừa,[1]
Cho là không tạo tác.
Thảy đều thuộc tình si.
Gốc ở sáu hai kiến.[2]

Phật, tự xem mình như con trong dòng Phật.

[1] Hai thừa Thanh văn và Duyên giác.
[2] 62 kiến, trước kể "Sắc uẩn hữu thường" có bốn cách kiến giải: 1. Sắc là

Hư vọng giả lập tên,
Nào có nghĩa chân thật?
Chỉ có người cao vượt,
Thông đạt chẳng lấy bỏ.

Rõ biết pháp ngũ uẩn,
Với thân ta trong đó.
Ngoài hiện bao sắc tượng,
Mỗi mỗi tướng âm thanh.

Bình đẳng như mộng huyễn,
Chẳng khởi thấy thánh, phàm.
Không luận giải Niết-bàn,
Hai bên, ba thuở dứt.[1]

Thường ứng dụng các căn,
Nhưng chẳng khởi dụng tưởng.
Phân biệt hết thảy pháp,
Chẳng khởi phân biệt tưởng.

Kiếp hỏa thiêu đáy biển,

---

thường; 2. Sắc là vô thường; 3. Sắc là thường mà vô thường 4. Sắc là chẳng phải thường, chẳng phải vô thường. Cả năm uẩn (sắc, thọ, tưởng, hành, thức) đều hiểu như vậy, hiệp lại làm 20 kiến giải, đó là kể ra năm uẩn quá khứ. - Lại bốn kiến giải về "Sắc có hữu biên, vô biên" 1. Kể sắc là hữu biên. 2. Kể sắc là vô biên. 3. Kể sắc là hữu biên, vô biên. 4. Kể sắc là chẳng phải hữu biên, chẳng phải vô biên. Cả năm uẩn đều hiểu như vậy, hiệp làm 20 kiến giải. Đó là đối với cái sở chấp của năm uẩn hiện tại. - Lại bốn kiến giải về sắc có những nghĩa như đi, chẳng như đi : 1. Kể sắc là như đi, nghĩa là người ta lại mà sanh vào khoảng đó, đi mà đến tới đời sau cũng như thế. 2. Kể sắc là chẳng như đi, nghĩa là: quá khứ không có chỗ từ đâu mà lại, vị lai cũng không có chỗ đi đâu; 3. Kể sắc là như đi, như chẳng đi, nghĩa là thân thể với tinh thần hòa hiệp mà làm người, sau khi chết tinh thần đi mà thân thể chẳng đi; 4. Kể sắc là chẳng phải như đi, chẳng phải chẳng như đi, nghĩa là đối nghịch với kiến giải thứ ba vừa nói. Đối với năm uẩn đều hiểu theo cách như vậy, hiệp làm 20 kiến giải. Đó là đối với sở kiến của năm uẩn vị lai. Ba đời vừa kể: quá khứ, hiện tại, vị lai, hiệp lại thành 60 kiến giải. Lại kể thêm hai cách hiểu Đoạn kiến (thấy mọi sự đứt đoạn) và Thường kiến (thấy mọi sự thường tồn) mà thành 62 kiến.

[1] Hai bên là chấp có và chấp không. Ba thuở là quá khứ, hiện tại và vị lai.

Gió chuyển núi đổ non.
Chân thường, vui, tịch diệt,
Niết-bàn tướng vẫn vậy.

Nay ta gượng giải thuyết,
Khiến ngươi bỏ tà kiến.
Chớ chạy theo lời nói,
May biết được đôi chút.

Chí Đạo nghe kệ rồi đại ngộ, vui mừng làm lễ lui ra.

Hành Tư Thiền sư, họ Lưu, người huyện An Thành, Cát Châu, nghe danh Tào Khê giáo pháp thạnh hóa, đi đường tắt đến tham lễ, hỏi rằng: "Nên làm việc gì để không rơi vào giai cấp?"

Sư hỏi: "Xưa nay ngươi đã từng làm gì?"

Thưa rằng: "Thánh đế[1] cũng chẳng làm."

Sư hỏi: "Vậy thì rơi vào giai cấp nào?"

Thưa rằng: "Đến như Thánh đế còn chẳng làm, làm sao có giai cấp?"

Sư rất trân trọng, bảo Hành Tư dắt dẫn đồ chúng. Một ngày kia, Sư bảo Hành Tư: "Ngươi nên đi giảng hóa ở một phương, chớ để đoạn tuyệt."[2]

Hành Tư đã đắc Pháp, bèn về núi Thanh Nguyên nơi Cát Châu, mở rộng Phật pháp, nối bề giáo hóa. Sau được vua ban thụy hiệu là Hoằng Tế Thiền sư.

---

[1] Thánh đế : Chân lý của Phật, tức là Tứ Diệu Đế.
[2] Chỉ việc truyền bá Đạo pháp cho người sau.

CƠ DUYÊN

Hoài Nhượng Thiền sư, họ Đỗ, người Kim Châu. Thoạt tiên ra mắt An Quốc sư tại Tung Sơn. Quốc sư sai tới Tào Khê tham lễ học hỏi. Hoài Nhượng liền đến lễ bái.

Sư hỏi rằng: "Từ đâu đến đây?"

Thưa rằng: "Từ Tung Sơn đến."

Sư hỏi: "Mang vật gì đến đó?"

Đáp: "Nói tợ như một vật tức là chẳng trúng rồi."

Sư hỏi: "Vậy có thể tu chứng chăng?"

Đáp: "Tu chứng tức chẳng không, ô nhiễm tức chẳng được."

Sư nói: "Chỉ một điều chẳng ô nhiễm ấy, là chỗ chư Phật hộ niệm. Ngươi đã như vậy, ta cũng như vậy. Ngài Bát-nhã Đa-la[1] bên Tây Thiên có lời đoán trước rằng: "Dưới chân ngươi nhảy ra con ngựa con,[2] đá giết người trong thiên hạ."[3] Lời ấy ứng ở tâm nhà ngươi, chẳng nên vội nói.

Hoài Nhượng thoạt nhiên có chỗ khế hợp, bèn giữ lễ hầu hạ bên Sư đến mười lăm năm, ngày càng đi sâu vào chỗ huyền diệu, thâm áo. Sau về Nam Nhạc mở rộng Thiền tông, được sắc phong thụy hiệu là Đại Huệ Thiền sư.

---

[1] Là Tổ Sư thứ 27.

[2] Ứng về việc Mã Tổ thọ tâm ấn của Hoài Nhượng Thiền sư sau này.

[3] Ý nói dọc ngang chẳng ai đương nổi.

Thiền sư Vĩnh Gia Huyền Giác, họ Đái, người Ôn Châu. Thuở nhỏ, học tập kinh luận, tinh thông pháp môn Chỉ quán của phái Thiên Thai. Nhân đọc Kinh Duy-ma, tâm địa bừng sáng. Tình cờ gặp đệ tử của Lục Tổ là Huyền Sách, cùng nhau đàm luận nhiều lẽ. Huyền Giác nói ra mọi điều đều ngầm hợp ý Tổ. Huyền Sách liền hỏi: "Chẳng hay nhân giả đắc pháp với ai?"

Đáp rằng: "Tôi học theo kinh luận Phương đẳng, đều là có truyền thừa. Sau do nơi Kinh Duy-ma ngộ được tông chỉ nơi tâm Phật, nhưng chưa có ai chứng minh."

Huyền Sách nói: "Từ đời Phật Oai Âm Vương trở về trước thì được, còn từ đời Phật Oai Âm Vương về sau, nếu không có thầy mà tự ngộ, hầu hết đều là ngoại đạo."

Huyền Giác nói: "Nguyện nhân giả chứng minh cho tôi."

Huyền Sách đáp: "Lời của tôi chẳng xứng đáng. Nay tại Tào Khê có Lục Tổ Đại sư, bốn phương đều nhóm về thọ Pháp. Nếu ngài muốn đi thì tôi sẽ cùng đi."

Huyền Giác bèn theo Huyền Sách đến tham lễ. Đến nơi, đi quanh Sư ba vòng, chống cây tích trượng mà đứng.

Sư nói: "Phàm bậc sa-môn phải đủ ba ngàn oai nghi, tám muôn tế hạnh. Đại đức từ phương nào lại mà cao ngạo đến thế?"

Huyền Giác nói: "Sanh tử là việc lớn, vô thường mau chóng lắm."

Sư nói: "Sao chẳng nhận lấy lý vô sanh, hiểu chỗ không mau chóng?"

Đáp: "Thể tức vô sanh, hiểu vốn là không mau chóng."

Sư nói: "Đúng vậy, đúng vậy."

Huyền Giác bấy giờ mới chỉnh đốn oai nghi mà lễ bái. Giây lát cáo từ.

Sư nói: "Về chóng thế sao?"

Thưa rằng: "Tự mình chẳng phải động, lại có mau chóng sao?"

Sư nói: "Ai biết chẳng phải động?"

Đáp: "Nhân giả tự sanh phân biệt."

Sư nói: "Ngươi thật hiểu sâu ý vô sanh."

Thưa: "Vô sanh lại có ý sao?"

Sư nói: "Không có ý thì ai phân biệt?"

Thưa rằng: "Phân biệt cũng chẳng phải là ý."

Sư nói: "Hay lắm thay!"

Sư lưu Huyền Giác lại một đêm. Hồi ấy, người ta nhân đó mà gọi Huyền Giác là Nhất túc giác (một đêm giác ngộ). Sau Huyền Giác có viết Chứng đạo ca lưu hành rộng rãi trong đời. Thụy hiệu là Vô tướng Đại sư, người đương thời xưng là Chân Giác.

Thiền sư Trí Hoàng, trước tham lễ Ngũ Tổ, tự cho là mình đã được chánh thọ,¹ ngồi luôn trong am đến hai mươi năm. Đệ tử của Lục Tổ là Huyền Sách đi du phương đến đất Hà Sóc,² nghe danh Trí Hoàng, tìm đến am hỏi rằng: "Ngài ở đây làm gì?"

Trí Hoàng đáp: "Nhập định."

Huyền Sách hỏi: "Ngài nói nhập định là hữu tâm mà nhập hay vô tâm mà nhập? Nếu là vô tâm mà nhập, thì hết thảy

---

¹ Quả vị Thiền định.
² Thuộc tỉnh Hà Bắc

những vật vô tình như cỏ cây, gạch đá, lẽ ra cũng được định. Còn nếu là hữu tâm mà nhập, thì hết thảy những loài hữu tình có tâm thức cũng đều được định."

Trí Hoàng nói: "Ta đang lúc nhập định chẳng thấy có tâm hữu, vô."

Huyền Sách nói: "Chẳng thấy có tâm hữu vô, đó là thường định, sao còn có xuất nhập? Nếu có xuất nhập, tức chẳng phải đại định."

Trí Hoàng không đáp lại được. Hồi lâu mới hỏi rằng: "Thầy của ông là ai?"

Huyền Sách đáp: "Thầy tôi là Lục Tổ ở Tào Khê."

Trí Hoàng hỏi: "Lục Tổ lấy chi làm thiền định?"

Huyền Sách đáp: "Thầy tôi dạy chỗ mầu nhiệm, rỗng rang, tròn đầy, vắng lặng, thể và dụng như như. Năm ấm vốn không, sáu trần chẳng có, chẳng xuất chẳng nhập, chẳng định chẳng loạn. Tánh thiền không trụ, lìa chỗ trụ nơi thiền vắng lặng. Tánh thiền không sanh, lìa tư tưởng sanh nơi cõi thiền. Tâm như hư không, cũng không có cả cái hạn lượng của hư không."

Trí Hoàng nghe thuyết vậy, liền theo đường tắt đến ra mắt Tổ Sư. Sư hỏi: "Nhân giả từ đâu đến đây?" Trí Hoàng thuật lại lời Huyền Sách.

Sư nói: "Đúng như lời ấy. Ngươi chỉ cần tâm như hư không, cũng chẳng mắc vào chỗ thấy cái không, ứng dụng không ngăn ngại, động tĩnh đều vô tâm, chỗ tình tưởng phàm thánh đều quên cả, năng sở[1] đều mất, tánh tướng như như, thì không lúc nào là chẳng định."

---

[1] Khi hai pháp đối nhau, pháp tự động là năng, pháp bất động là sở, như sáu thức có thể tự khởi lên tình cảm thì gọi là năng, lục trần vốn bất động nhưng có sức thu hút các tình cảm thì gọi là sở. Năng sở bao hàm sự vận động, duyên sanh phân biệt.

Trí Hoàng nghe xong đại ngộ, chỗ sở đắc của tâm trong hai mươi năm qua thật chẳng có ảnh hưởng gì. Đêm hôm ấy, sĩ thứ đất Hà Bắc nghe trên không trung có tiếng nói rằng: "Hôm nay Hoàng Thiền sư đắc đạo."

Sau đó Trí Hoàng làm lễ từ biệt, trở về Hà Bắc khai hóa bốn chúng.

Một vị tăng hỏi Sư rằng: "Ý chỉ của ngài Hoàng Mai người nào được?"

Sư đáp: "Người hiểu pháp Phật thì được."

Vị tăng lại hỏi: "Hòa thượng có được chăng?"

Sư đáp: "Ta chẳng hiểu pháp Phật."

Một ngày kia Sư muốn giặt tấm y của Ngũ Tổ truyền cho mà không gặp chỗ nước suối trong. Nhân đến phía sau chùa chừng năm dặm, thấy núi rừng rậm rạp đẹp đẽ, khí lành bao quanh, Sư liền cắm tích trượng xuống đất, suối liền theo đó chảy ra, đọng lại thành ao, bèn quì gối giặt y trên một hòn đá. Chợt có một vị tăng đến lễ bái nói rằng: "Phương Biện này là người Tây Thục.[1] Trước ở miền Nam nước Thiên Trúc gặp Đạt-ma Đại sư, bảo rằng: 'Mau qua đất Đường,[2] Chánh pháp nhãn tạng của ngài Đại Ca-diếp

---

[1] Phía Tây tỉnh Tứ xuyên ngày nay.
[2] Tức là Trung Quốc, vì vào đời nhà Đường nên gọi là Đường thổ (đất nhà Đường).

và tấm y Tăng-già-lê do ta truyền, đã qua sáu đời, giờ đang ở Tào Khê nơi Thiều Châu. Ngươi tới đó mà chiêm lễ.' Vậy nên Phương Biện từ xa đến đây, nguyện được thấy y bát Tổ truyền."[1]

Sư bèn lấy ra cho xem, rồi hỏi: "Thượng nhân chuyên nghề nghiệp gì?" Thưa rằng: "Khéo đắp tượng."

Sư nghiêm sắc mặt, nói: "Người thử đắp tượng ta đây xem."

Phương Biện không từ chối. Qua mấy hôm sau đắp xong chân tướng, cao chừng bảy tấc, khéo léo tuyệt xảo. Sư cười nói: "Người chỉ đắp được hình tướng, chẳng đắp được tánh Phật."

Sư đưa tay xoa đầu Phương Biện, nói rằng: "Mãi mãi là ruộng phước cho hai cõi trời, người."

Sư nhân đó lấy một tấm y mà đền công. Phương Biện nhận y chia làm ba phần: một phần đắp lên tượng, một phần để lại cho mình, một phần dùng cây gỗ tông bao lại, chôn xuống đất, lập lời nguyện rằng: "Về sau nếu có người được y này, chính là ta lúc đó ra đời, trụ trì[2] ở đây."

Về sau, khi xây cất lại chùa vào năm Gia Hựu thứ tám đời nhà Tống, có vị tăng tên là Duy Tiên khi đào đất được mảnh y này, vẫn còn mới nguyên, liền mang về thờ nơi chùa Cao Tuyền, mỗi khi có cầu khẩn điều chi đều được linh ứng.

---

[1] Sau khi Tổ Đạt Ma viên tịch, vẫn có truyền thuyết về việc nhiều người gặp Tổ trở về Thiên Trúc (Ấn Độ). Đoạn này cũng nói Phương Biện gặp Tổ ở Nam Thiên Trúc. Sự hiển linh này cũng phù hợp như truyền thuyết chăng?

[2] Trụ trì : Làm chủ một ngôi chùa.

Có vị tăng đọc bài kệ của Thiền sư Ngọa Luân rằng:

Ngọa Luân rất hay khéo,
Dứt được trăm tư tưởng.
Đối cảnh, tâm chẳng khởi,
Bồ-đề ngày thêm lớn.

Sư nghe, dạy rằng: "Bài kệ ấy chưa rõ tâm địa, nếu y theo đó mà làm càng thêm trói buộc." Nhân đó, Sư khai thị bằng bài kệ này:

Huệ Năng chẳng hay khéo,
Chẳng dứt trăm tư tưởng.
Đối cảnh, tâm thường khởi,
Bồ-đề nuôi lớn gì?

❖ **HÁN VĂN**

頓漸

ĐỐN TIỆM

品第八

Phẩm đệ bát

時。祖師居曹溪，寶林。神秀大師在荊南，玉泉寺。於時，兩宗盛化，人皆稱南能，北秀，故有南北二宗，頓漸之分，而學者莫知宗趣。

Thời, Tổ Sư cư Tào Khê, Bảo Lâm. Thần Tú Đại sư tại Kinh Nam, Ngọc Tuyền tự. Ư thời, lưỡng tông thạnh hóa, nhân giai xưng Nam Năng, Bắc Tú, cố hữu Nam, Bắc nhị tông, Đốn, Tiệm chi phân. Nhi học giả mạc tri tông thú.

師謂眾曰。法本一宗，人有南北。法即一種，見有遲疾。何名頓漸。法無頓漸。人有利鈍，故名頓漸。

Sư vị chúng viết: "Pháp bản nhất tông, nhân hữu Nam Bắc. Pháp tức nhất chủng, kiến hữu trì tật. Hà danh Đốn, Tiệm? Pháp vô Đốn, Tiệm. Nhân hữu lợi độn, cố danh Đốn, Tiệm."

然，秀之徒眾往往譏南宗祖師，不識一字有何所長。

Nhiên, Tú chi đồ chúng vãng vãng cơ Nam tông Tổ Sư, bất thức nhất tự hữu hà sở trường?

秀曰。他得無師之智，深悟上乘，吾不如也。且，吾師五祖親傳衣法，豈徒然哉。吾恨不能遠去親近，虛受國恩。汝等諸人毋滯於此，可往曹溪參決。

Tú viết: "Tha đắc vô sư chi trí, thâm ngộ thượng thừa, ngô bất như dã. Thả, ngô sư Ngũ Tổ thân truyền y pháp, khởi đồ nhiên tai? Ngô hận bất năng viễn khứ thân cận, hư thọ quốc ân! Nhữ đẳng chư nhân vô trệ ư thử, khả vãng Tào Khê tham quyết."

一日，命門人志誠曰。汝聰明多智，可為吾到曹溪聽法。若有所聞，盡心記取，還為吾說。

Nhất nhật, mạng môn nhân Chí Thành viết: "Nhữ thông minh đa trí, khả vị ngô đáo Tào Khê thính pháp. Nhược hữu sở văn, tận tâm ký thủ, hoàn vị ngô thuyết."

志誠稟命至曹溪，隨眾參請，不言來處。

Chí Thành bẩm mạng chí Tào Khê, tùy chúng tham thỉnh, bất ngôn lai xứ.

時祖師告眾曰。今有盜法之人。潛在此會。

Thời, Tổ Sư cáo chúng viết: "Kim hữu đạo pháp chi nhân, tiềm tại thử hội."

志誠即出禮拜，具陳其事。

Chí Thành tức xuất lễ bái, cụ trần kỳ sự.

師曰。汝從玉泉來，應是細作。

Sư viết: "Nhữ tùng Ngọc Tuyền lai, ứng thị tế tác?"

對曰。不是。

Đối viết: "Bất thị."

師曰。何得不是。

Sư viết: "Hà đắc bất thị?"

對曰。未說即是，說了不是。

Đối viết: "Vị thuyết tức thị, thuyết liễu bất thị."

師曰。汝師若為示眾。

Sư viết: "Nhữ sư nhược vi thị chúng?"

對曰。常指誨大眾。住心觀靜，長坐不臥。

Đối viết: "Thường chỉ hối đại chúng: Trụ tâm quán tĩnh, trường tọa bất ngọa."

師曰。住心觀靜，是病非禪。長坐拘身，於理何益。聽吾偈曰。

Sư viết: "Trụ tâm quán tĩnh, thị bệnh phi thiền. Trường tọa câu thân, ư lý hà ích? Thính ngô kệ viết:

生來坐不臥，
死去臥不坐。
一具臭骨頭，
何為立功課。

Sanh lai tọa bất ngọa;
Tử khứ ngọa bất tọa.
Nhất cụ xú cốt đầu.
Hà vi lập công khóa?

志誠再拜，曰。弟子在秀大師處，學道九年，不得契悟。今聞和尚一說，便契本心。弟子生死事大，和尚大慈更為教示。

Chí Thành tái bái, viết: "Đệ tử tại Tú Đại sư xứ, học đạo cửu niên, bất đắc khế ngộ. Kim văn Hòa thượng nhất thuyết, tiện khế bản tâm. Đệ tử sanh tử sự đại, Hòa thượng đại từ cánh vị giáo thị."

師曰。吾聞汝師教示學人戒定慧法，未審汝師說戒定慧行相如何。與吾說看。

Sư viết: "Ngô văn nhũ sư giáo thị học nhân Giới Định Tuệ pháp, vị thẩm nhũ sư thuyết Giới Định Tuệ hạnh tướng như hà? Dữ ngô thuyết khán."

誠曰。秀大師說。諸惡莫作名為戒。諸善奉行名為慧。自淨其意名為定。彼說如此。未審和尚以何法誨人。

Thành viết: "Tú Đại sư thuyết: Chư ác mạc tác, danh vi giới. Chư thiện phụng hành, danh vi tuệ. Tự tịnh kỳ ý, danh vi định. Bỉ thuyết như thử, vị thẩm Hòa thượng dĩ hà pháp hối nhân?"

師曰。吾若言有法與人，即為誑汝。但且隨方解縛，假名三昧。如汝師所說戒定慧，實不可思議也。吾所見戒定慧又別。

Sư viết: "Ngô nhược ngôn hữu pháp dữ nhân, tức vi cuống nhũ. Đãn thả tùy phương giải phược, giả danh Tam-muội. Như nhũ sư sở thuyết Giới Định Tuệ, thật bất khả tư nghị dã. Ngô sở kiến Giới Định Tuệ hữu biệt."

志誠曰。戒定慧只合一種。如何更別。

Chí Thành viết: "Giới Định Tuệ chỉ hợp nhất chủng, như hà cánh biệt?"

師曰。汝師戒定慧，接大乘人。吾戒定慧，接最上乘人。悟解不同，見有遲疾。汝聽吾說，與彼同否。吾所說法，不離自性。離體說法，名為相說，自性常迷。須知一切萬法皆從自性起用，是真戒定慧法。聽吾偈曰。

Sư viết: "Nhữ sư Giới, Định, Tuệ tiếp đại thừa nhân; ngô Giới Định Tuệ tiếp Tối thượng thừa nhân. Ngộ, giải bất đồng; kiến hữu trì tật. Nhữ thính ngô thuyết, dữ bỉ đồng phủ? Ngô sở thuyết pháp, bất ly tự tánh. Ly thể thuyết pháp, danh vi tướng thuyết, tự tánh thường mê. Tu tri nhất thiết vạn pháp giai tùng tự tánh khởi dụng, thị chân Giới Định Tuệ pháp. Thính ngô kệ viết:

心地無非自性戒。
心地無癡自性慧。
心地無亂自性定。
不增不減自金剛。
身去身來本三昧。

Tâm địa vô phi, tự tánh Giới;
Tâm địa vô si, tự tánh Tuệ;
Tâm địa vô loạn, tự tánh Định.
Bất tăng, bất giảm, tự kim cang,
Thân khứ, thân lai, bản Tam-muội.

誠聞偈，悔謝。乃呈一偈曰。

Thành văn kệ, hối tạ. Nãi trình nhất kệ viết:

五蘊幻身，
幻何究竟。
迴趣真如，
法還不淨。

Ngũ uẩn huyễn thân,
Huyễn hà cứu cánh?
Hồi thú chân như,
Pháp hoàn bất tịnh.

師然之，復語誠曰。汝師戒定慧勸小根智人。吾戒定慧勸大根智人。若悟自性，亦不立菩提涅槃。亦不立解脫知見。

Sư nhiên chi, phục ngứ Thành viết: "Nhữ sư Giới Định Huệ khuyến tiểu căn trí nhân; ngô Giới Định Huệ khuyến đại căn trí nhân. Nhược ngộ tự tánh, diệc bất lập Bồ-đề Niết-bàn, diệc bất lập giải thoát tri kiến.

無一法可得，方能建立萬法。若解此意，亦名佛身，亦名菩提涅槃，亦名解脫知見。見性之人，立亦得，不立亦得，去來自由，無滯無礙。應用隨作，應語隨答，普見化身，不離自性，即得自在神通游戲三昧，是名見性。

"Vô nhất pháp khả đắc, phương năng kiến lập vạn pháp. Nhược giải thử ý, diệc danh Phật thân, diệc danh Bồ-đề Niết-bàn, diệc danh giải thoát tri kiến. Kiến tánh chi nhân, lập diệc đắc, bất lập diệc đắc, khứ lai tự do, vô trệ, vô ngại. Ứng dụng tùy tác, ứng ngữ tùy đáp, phổ kiến hóa thân, bất ly tự tánh, tức đắc tự tại thần thông du hý Tam-muội, thị danh kiến tánh."

志誠再啟師，曰。如何是不立義。

Chí Thành tái khải Sư, viết: "Như hà thị bất lập nghĩa?"

師曰。自性無非，無癡，無亂。念念般若觀照，常離法相，自由自在，縱橫盡得，有何可立。

自性自悟，頓悟頓修，亦無漸次，所以不立一切法。諸法寂滅，有何次第。

Sư viết: "Tự tánh vô phi, vô si, vô loạn. Niệm niệm Bát-nhã quán chiếu, thường ly pháp tướng, tự do tự tại, tung hoành tận đắc, hữu hà khả lập? Tự tánh tự ngộ, đốn ngộ đốn tu, diệc vô tiệm thứ, sở dĩ bất lập nhất thiết pháp. Chư pháp tịch diệt, hữu hà thứ đệ?"

志誠禮拜，願為執侍，朝夕不懈。

Chí Thành lễ bái, nguyện vi chấp thi, triêu tịch bất giải.

僧志徹，江西人，本姓張，名行昌，少任俠。自南北分化，二宗主雖亡彼我，而徒侶競起愛憎。

Tăng Chí Triệt, Giang Tây nhân, bản tánh Trương, danh Hành Xương, thiếu nhiệm hiệp. Tự Nam Bắc phân hóa, nhị tông chủ tuy vô bỉ ngã, nhi đồ lữ cạnh khởi ái tắng.

時，北宗門人自立秀師為第六祖，而忌祖師傳衣為天下聞。乃囑行昌來刺師。師心通，預知其事，即置金十兩於座間。時，夜暮，行昌入祖室，將欲加害。師舒頸就之。行昌揮刃者三，悉無所損。

Thời, Bắc tông môn nhân tự lập Tú sư vi đệ lục Tổ, nhi kỵ Tổ Sư truyền y vi thiên hạ văn. Nãi chúc Hành Xương lai thích Sư. Sư tâm thông, dự tri kỳ sự, tức trí kim thập lượng ư tọa gian. Thời, dạ mộ, Hành Xương nhập Tổ thất, tương dục gia hại. Sư thư cảnh tựu chi. Hành Xương huy nhận giả tam, tất vô sở tổn.

師曰。正劍不邪，邪劍不正。只負汝金，不負汝命。

Sư viết: "Chánh kiếm bất tà, tà kiếm bất chánh, chỉ phụ nhữ kim, bất phụ nhữ mạng."

行昌驚仆，久而方蘇，求哀悔過，即願出家。師遂與金，言。汝且去，恐徒眾翻害於汝。汝可他日易形而來，吾當攝受。

Hành Xương kinh phó, cửu nhi phương tô, cầu ai hối quá, tức nguyện xuất gia. Sư toại dữ kim, ngôn: "Nhữ thả khứ, khủng đồ chúng phiên hại ư nhữ. Nhữ khả tha nhật dịch hình nhi lai, ngô đương nhiếp thọ."

行昌稟旨宵遁。後投僧出家。具戒精進。一日。憶師之言。遠來禮覲。

Hành Xương bẩm chỉ tiêu độn. Hậu, đầu tăng xuất gia, cụ giới tinh tấn. Nhất nhật, ức Sư chi ngôn, viễn lai lễ cận.

師曰。吾久念汝，汝來何晚。

Sư viết: "Ngô cửu niệm nhữ, nhữ lai hà vãn?"

曰。昨蒙和尚捨罪，今雖出家苦行，終難報德。其惟傳法度生乎。弟子常覽涅槃經，未曉常，無常義。乞和尚慈悲，略為解說。

Viết: "Tạc mông Hòa thượng xả tội, kim tuy xuất gia khổ hạnh, chung nan báo đức. Kỳ duy truyền pháp độ sanh hồ, đệ tử thường lãm Niết-bàn Kinh, vị hiểu thường, vô thường nghĩa. Khất Hòa thượng từ bi, lược vị giải thuyết."

師曰。無常者，即佛性也。有常者，即一切善惡諸法分別心也。

Sư viết: "Vô thường giả, tức Phật tánh giả. Hữu thường dã, tức nhất thiết thiện ác chư pháp phân biệt tâm dã."

曰。和尚所說，大違經文。

Viết: "Hòa thượng sở thuyết, đại vi kinh văn."

師曰。吾傳佛心印，安敢違於佛經。

Sư viết: "Ngô truyền Phật tâm ấn, an cảm vi ư Phật kinh?"

曰。經說佛性是常，和尚卻言無常。善惡諸法乃至菩提心皆是無常，和尚卻言是常。此即相違，令學人轉加疑惑。

Viết: "Kinh thuyết Phật tánh thị thường, Hòa thượng khước ngôn vô thường. Thiện ác chư pháp nãi chí Bồ-đề tâm giai thị vô thường, Hòa thượng khước ngôn thị thường. Thử tức tương vi, linh học nhân chuyển gia nghi hoặc."

師曰。涅槃經，吾昔聽尼無盡藏讀誦一遍，便為講說，無一字，一義不合經文。乃至為汝，終無二說。

Sư viết: "Niết-bàn Kinh, ngô tích thính ni Vô Tận Tạng độc tụng nhất biến, tiện vị giảng thuyết, vô nhất tự, nhất nghĩa bất hợp kinh văn. Nãi chí vị nhữ, chung vô nhị thuyết."

曰。學人識量淺昧，願和尚委曲開示。

Viết: "Học nhân thức lượng thiển muội, nguyện Hòa thượng ủy khúc khai thị."

師曰。汝知否。佛性若常，更說什麼善惡諸法，乃至窮劫，無有一人發菩提心者。故吾說無常，正是佛說真常之道也。又，一切諸法若無常者，即物物皆有自性，容受生死，而真常性有不遍之處。故吾說常者，正是佛說真無常義。

Sư viết: "Nhữ tri phủ? Phật tánh nhược thường, cánh thuyết thập ma thiện ác chư pháp, nãi chí cùng kiếp, vô hữu nhất nhân phát Bồ-đề tâm giả. Cố ngô thuyết vô thường, chánh thị Phật thuyết chân thường chi đạo dã. Hựu, nhất thiết chư pháp nhược vô thường giả, tức vật vật giai hữu tự tánh, dung thọ sanh tử, nhi chân thường tánh hữu bất biến chi xứ. Cố ngô thuyết thường giả, chánh thị Phật thuyết chân vô thường nghĩa.

佛比為凡夫，外道執於邪常，諸二乘人於常計無常，共成八倒，故於涅槃了義教中，破彼偏見，而顯說真常，真樂，真我，真淨。汝今依言，背義，以斷滅無常及確定死常，而錯解佛之圓妙最後微言，縱覽千遍，有何所益。

"Phật tỷ vị phàm phu, ngoại đạo chấp ư tà thường, chư nhị thừa nhân ư thường kế vô thường, cộng thành bát đảo, cố ư Niết-bàn liễu nghĩa giáo trung, phá bỉ thiên kiến, nhi hiển thuyết chân thường, chân lạc, chân ngã, chân tịnh. Nhữ kim y ngôn, bội nghĩa, dĩ đoạn diệt vô thường cập sác định tử thường, nhi thác giải Phật chi viên diệu tối hậu vi ngôn, túng lãm thiên biến, hữu hà sở ích?"

行昌忽然大悟。說偈曰。

Hành Xương hốt nhiên đại ngộ, thuyết kệ viết:

因守無常心，
佛說有常性。
不知方便者，
猶春池拾礫。

Nhân thủ vô thường tâm,
Phật thuyết hữu thường tánh.
Bất tri phương tiện giả,
Du xuân trì thập lịch.

我今不施功，
佛性而現前。
非師相授與，
我亦無所得。

Ngã kim bất thi công,
Phật tánh nhi hiện tiền.
Phi Sư tương thọ dữ,
Ngã diệc vô sở đắc.

師曰。汝今徹也，宜名志徹。徹禮謝而退。

Sư viết: "Nhữ kim triệt dã, nghi danh Chí Triệt." Triệt lễ tạ nhi thối.

有一童子名神會，襄陽，高氏子，年十三，自玉泉來，參禮。

Hữu nhất đồng tử danh Thần Hội, Tương Dương, Cao thị tử, niên thập tam, tự Ngọc Tuyền lai, tham lễ.

師曰。知識遠來艱辛，還將得本來否。若有本，則合識主。試說看。

Sư viết: "Tri thức viễn lai gian tân, hoàn tương đắc bản lai phủ? Nhược hữu bản, tắc hợp thức chủ. Thí thuyết khán."

會曰。以無住為本，見即是主。

Hội viết: "Dĩ vô trụ vi bản, kiến tức thị chủ."

師曰。這沙彌爭合取次語。

Sư viết: "Giá sa-di tranh hợp thủ thứ ngữ."

會乃問曰。和尚坐禪，還見，不見。

Hội nãi vấn viết: "Hòa thượng tọa thiền, hoàn kiến, bất kiến?"

師以柱杖打三下，云。吾打汝是痛，不痛。

Sư dĩ trụ trượng đả tam hạ, vân: "Ngô đả nhũ, thị thống, bất thống?"

對曰。亦痛，亦不痛。

Đối viết: "Diệc thống, diệc bất thống."

師曰。吾亦見，亦不見。

Sư viết: "Ngô diệc kiến, diệc bất kiến."

神會問。如何是亦見，亦不見。

Thần Hội vấn: "Như hà thị diệc kiến, diệc bất kiến? "

師云。吾之所見，常見自心過愆，不見他人是非，好惡。是以亦見，亦不見。汝言亦痛，亦不痛如何。汝若不痛，同其木石。若痛，則同凡夫，即起恚恨。汝向前見，不見是二邊。痛，不痛是生滅。汝自性且不見，敢爾弄人。

Sư vân: "Ngô chi sở kiến, thường kiến tự tâm quá khiên, bất kiến tha nhân thị, phi, hảo, ác. Thị dĩ diệc kiến, diệc bất kiến. Nhữ ngôn diệc thống, diệc bất thống như hà? Nhữ nhược bất thống, đồng kỳ mộc thạch. Nhược thống, tắc đồng phàm phu, tức khởi nhuế hận. Nhữ hướng tiền kiến, bất kiến thị nhị biên. Thống, bất thống thị sanh diệt. Nhữ tự tánh thả bất kiến, cảm nhĩ lộng nhân?"

神會禮拜悔謝。

Thần Hội lễ bái hối tạ.

師又曰。汝若心迷不見，問善知識覓路。汝若心悟，即自見性，依法修行。汝自迷，不見自心，卻來問吾見與不見。吾見自知，豈代汝迷。汝若自見，亦不代吾迷。何不自知自見，乃問吾見與不見。

Sư hựu viết: "Nhữ nhược tâm mê bất kiến, vấn thiện tri thức trịch lộ. Nhữ nhược tâm ngộ, tức tự kiến tánh, y pháp tu hành. Nhữ tự mê, bất kiến tự tâm, khước lai vấn ngộ kiến dữ bất kiến. Ngô kiến tự tri, khởi đại nhữ mê? Nhữ nhược tự kiến, diệc bất đại ngộ mê. Hà bất tự tri tự kiến, nãi vấn ngô kiến dữ bất kiến?"

神會再禮百餘拜，求謝過愆，服勤給侍，不離左右。

Thần Hội tái lễ bách dư bái, cầu tạ quá khiên, phục cần cấp thị, bất ly tả hữu.

一日。師告眾曰。吾有一物，無頭，無尾，無名，無字，無背，無面。諸人還識否。

Nhất nhật, Sư cáo chúng viết: "Ngô hữu nhất vật, vô đầu, vô vĩ, vô danh, vô tự, vô bối, vô diện. Chư nhân hoàn thức phủ?"

神會出曰。是諸佛之本源，神會之佛性。

Thần Hội xuất viết: "Thị chư Phật chi bản nguyên, Thần Hội chi Phật tánh."

師曰。向汝道無名，無字。汝便喚作本源佛性。汝向去有把茆蓋頭。也只成箇知解宗徒。

Sư viết: "Hướng nhữ đạo vô danh, vô tự, nhữ tiện hoán tác bản nguyên, Phật tánh. Nhữ hướng khứ hữu bả mão cái đầu, dã chỉ thành cá tri giải tông đồ!"

祖師滅後，會入京洛，大弘曹溪頓教，著顯宗記，盛行於世。是為荷澤禪師。

Tổ Sư diệt hậu, Hội nhập Kinh Lạc, đại hoằng Tào Khê Đốn giáo, trứ Hiển tông ký, thạnh hành ư thế. Thị vi Hà Trạch Thiền sư.

師見諸宗難問，咸起惡心，多集座下，愍而謂曰。學道之人。一切善念惡念。應當盡除。無名可名。名於自性。無二之性。是名實性。於實性上建立一切教門。言下便須自見。

Sư kiến chư tông nạn vấn, hàm khởi ác tâm, đa tập tọa hạ, mẫn nhi vị viết: Học đạo chi nhân, nhất thiết thiện niệm, ác niệm, ưng đương tận trừ. Vô danh khả danh, danh ư tự tánh; vô nhị chi tánh, thị danh thật tánh. Ư thật tánh thượng, kiến lập nhất thiết giáo môn; ngôn hạ, tiện tu tự kiến.

諸人聞說，總皆作禮，請事為師。

Chư nhân văn thuyết, tổng giai tác lễ, thỉnh sự vi sư.

❖ VIỆT VĂN

PHẨM THỨ VIII

PHÁP ĐỐN VÀ TIỆM

Bấy giờ, Tổ Sư ở chùa Bảo Lâm nơi Tào Khê, Thần Tú Đại sư ở chùa Ngọc Tuyền nơi Kinh Nam. Lúc ấy, hai tông đều thạnh hóa. Người đời gọi là "Nam Năng, Bắc Tú", cho nên có sự phân ra hai pháp Đốn và Tiệm của hai tông Nam Bắc, làm cho người học chẳng biết theo về đâu. Sư vì mọi người mà nói rằng:

"Pháp vốn chỉ một tông, người có Nam Bắc. Pháp tức là một loại, chỗ thấy biết có chậm mau. Sao gọi là Đốn, Tiệm? Pháp không có Đốn Tiệm, chỉ vì người ta có lanh lợi, chậm lụt khác nhau, cho nên gọi là Đốn Tiệm đó thôi."

Nhưng môn đồ của sư Thần Tú thường chê Tổ Sư phía Nam rằng: "Chẳng biết một chữ, có chi là giỏi?"

Sư Thần Tú nói rằng: "Vị ấy được trí vô sư,[1] ngộ sâu phép Thượng thừa, ta chẳng bằng được. Vả lại, Thầy ta là Ngũ Tổ đích thân truyền pháp và y, nào phải vô cớ sao? Ta vẫn ân hận rằng chẳng thể vượt đường xa đến đó thân cận được với vị ấy, ở đây luống thọ ơn nước.[2] Các ngươi đừng trì trệ mãi ở đây, nên đến Tào Khê tham yết mà học hỏi."

Ngày kia, sư Thần Tú bảo môn đồ là Chí Thành rằng: "Nhà ngươi thông minh tài trí, nên vì ta đến Tào Khê nghe Pháp. Nếu nghe được điều chi, hết lòng nhớ lấy, trở về nói cho ta nghe."

---

[1] Vô sư trí: trí tuệ tự thấy biết không cần thầy dạy.
[2] Nói việc thái hậu Võ Tắc Thiên tôn sùng, tôn hiệu là Quốc Sư.

Chí Thành vâng lời đến Tào Khê, theo chúng tham học, nhưng chẳng nói là từ đâu đến. Khi ấy, Tổ Sư bảo chúng rằng: "Nay có kẻ trộm pháp trà trộn trong Pháp hội này."

Chí Thành liền bước ra lễ bái, nói rõ chuyện mình.

Sư hỏi: "Ngươi từ chùa Ngọc Tuyền đến đây để lén lút dò xét, phải không?"

Đáp rằng: "Không đúng."

Sư nói: "Sao lại không đúng?"

Thưa rằng: "Chưa nói ra là đúng, đã nói ra rồi nên không đúng."

Sư hỏi: "Thầy ngươi dạy chúng thế nào?"

Đáp: "Thầy tôi thường dạy chúng rằng: Trụ tâm quán sự yên tĩnh, thường ngồi chẳng nằm."

Sư nói: "Trụ tâm quán sự yên tĩnh, đó là bệnh chứ chẳng phải thiền. Ngồi mãi là giam mình, theo lý có ích gì? Hãy nghe bài kệ này:

> *Lúc sống ngồi chẳng nằm;*
> *Chết đi nằm chẳng ngồi.*
> *Một bộ xương hôi thối,*
> *Sao lấy đó lập công?"*

Chí Thành lại làm lễ, thưa rằng: "Đệ tử này ở nơi Đại sư Thần Tú, học đạo chín năm, chẳng được tỉnh ngộ. Nay vừa nghe Hòa thượng thuyết qua liền khế hợp bản tâm. Sanh tử là việc lớn, xin Hòa thượng đại từ chỉ dạy."

Sư nói: "Ta nghe thầy ngươi dạy pháp Giới Định Tuệ, chưa rõ thầy ngươi giảng thuyết hạnh, tướng Giới Định Tuệ thế nào? Ngươi thử nói ta nghe xem."

Chí Thành nói: "Đại sư Thần Tú dạy: 'Mọi điều xấu ác chớ nên làm, gọi là Giới. Mọi điều hiền thiện vâng làm theo, gọi là Tuệ. Tự làm thanh tịnh tâm ý, gọi là Định.' Chưa rõ ở đây Hòa thượng dùng pháp gì dạy người?"

Sư nói: "Nếu ta nói có pháp dạy người, hóa ra nói dối ngươi. Chỉ tùy phương tiện mà mở trói, tạm gọi là Tam-muội. Như nghĩa Giới Định Tuệ của thầy ngươi thuyết, thật chẳng thể nghĩ bàn được. Chỗ kiến giải của ta về Giới Định Tuệ lại có khác."

Chí Thành hỏi: "Giới Định Tuệ lẽ ra chỉ một, sao lại có khác?"

Sư nói: "Giới Định Tuệ của thầy ngươi dạy người Đại thừa. Giới Định Tuệ của ta dạy người Tối thượng thừa. Chỗ ngộ, giải chẳng đồng nhau; chỗ thấy biết có mau, có chậm. Ngươi hãy nghe ta thuyết, xem có giống thầy ngươi chăng? Chỗ thuyết pháp của ta chẳng rời khỏi tự tánh. Nếu rời khỏi thể tự tánh mà thuyết pháp, gọi là tướng thuyết, tự tánh thường mê. Nên biết rằng hết thảy muôn pháp đều từ tự tánh khởi dụng, ấy là pháp Giới Định Tuệ chân thật. Hãy nghe bài kệ này:

> *Tâm không sai quấy, tự tánh Giới,*
> *Tâm không ngu si, tự tánh Tuệ,*
> *Tâm không tán loạn, tự tánh Định.*
> *Chẳng thêm, chẳng bớt, như kim cang,*
> *Thân dù qua lại, thường trong định."*

Thành nghe kệ, ăn năn cảm tạ, liền trình kệ rằng:

> *Năm uẩn huyễn hình,*
> *Huyễn sao cứu cánh?*
> *Xoay hướng chân như,*
> *Pháp thành chẳng tịnh.*

Sư nhận cho là được. Lại nói với Chí Thành: "Giới Định Tuệ của thầy ngươi khuyên người trí nhỏ căn thấp, Giới Định

Tuệ của ta khuyên người trí tuệ đại căn. Nếu ngộ tự tánh, chẳng lập Bồ-đề Niết-bàn, cũng chẳng lập Giải thoát tri kiến.¹

"Không một pháp có thể đắc, mới kiến lập được muôn pháp. Nếu hiểu rõ ý ấy, cũng gọi là Phật thân, cũng gọi là Bồ-đề Niết-bàn, cũng gọi là Giải thoát tri kiến. Người thấy tánh, lập cũng được, chẳng lập cũng được, qua lại tự do, không trì trệ, ngăn ngại. Ứng dụng tùy việc làm, theo lời mà đáp, thấy khắp hóa thân, chẳng lìa tự tánh, tức được thần thông tự tại du hý Tam-muội, đó gọi là thấy tánh."

Chí Thành lại hỏi Sư rằng: "Thế nào là nghĩa chẳng lập?"

Sư đáp: "Tự tánh không sai quấy, không ngu si tán loạn. Tánh Bát-nhã thường luôn quán chiếu, lìa khỏi pháp tướng, tự do tự tại, dọc ngang đều được, có gì lập được? Tánh mình tự ngộ, tức thời giác ngộ, tức thời tu trì, chẳng có lần lượt thứ lớp, vậy nên chẳng lập hết thảy pháp. Các pháp đều tịch diệt, có thứ lớp gì đâu?"

Chí Thành lễ bái, nguyện theo làm kẻ hầu hạ sớm chiều.

Có vị tăng hiệu Chí Triệt, người Giang Tây, vốn trước đây họ Trương, tên Hành Xương. Thuở nhỏ tánh tình hung hăng.

Từ khi Nam tông, Bắc tông phân nhau mà hóa độ, hai vị tông chủ tuy chẳng đố kỵ nhau, mà môn đồ thường khởi lòng yêu, ghét.

---

¹ Pháp thân có năm phần: giới, định, tuệ là theo nhân mà có tên, giải thoát, giải thoát tri kiến là theo quả mà có tên.

PHÁP ĐỐN VÀ TIỆM

Thuở ấy, môn nhân Bắc tông tự lập Đại sư Thần Tú làm Tổ thứ sáu, lại sợ việc Tổ Sư được truyền y thiên hạ đều nghe, bèn cậy Hành Xương đến hành thích. Tâm Sư thông tuệ, biết trước việc ấy, liền sắp đặt mười lượng vàng nơi chỗ ngồi. Đêm tối, Hành Xương vào thất Tổ Sư, muốn ra tay làm hại. Sư vươn cổ đưa ra cho chém, Hành Xương vung gươm ba lần đều không tổn hại đến ngài.

Sư nói: "Gươm chánh chẳng tà, gươm tà chẳng chánh. Chỉ nợ ngươi vàng, chẳng nợ ngươi mạng."

Hành Xương hoảng vía, ngã lăn ra bất tỉnh. Hồi lâu hoàn hồn, cầu xin hối lỗi, nguyện xuất gia tức thời. Sư đưa vàng cho mà bảo rằng: "Ngươi nên đi nhanh, kẻo đồ chúng hay được sẽ làm hại ngươi. Ngày sau thay hình đổi dạng rồi hãy đến đây, ta sẽ thâu nhận."

Hành Xương vâng lời trốn đi. Về sau xuất gia, thọ đủ giới luật tinh tấn. Ngày kia, nhớ lời Sư dặn mới từ xa đến lễ. Sư nói: "Ta nghĩ về ngươi đã lâu, sao đến trễ vậy?"

Thưa rằng: "Ngày trước đội ơn Hòa thượng xá tội, nay tuy xuất gia khổ hạnh, rốt lại cũng khó đáp đền. Chỉ biết cố gắng truyền pháp độ sanh thôi. Đệ tử thường xem Kinh Niết-bàn, chưa hiểu nghĩa thường, vô thường. Xin Hòa thượng từ bi lược thuyết cho."

Sư đáp: "Vô thường tức là tánh Phật, hữu thường tức là tâm phân biệt hết thảy các pháp thiện ác."

Thưa rằng: "Hòa thượng thuyết như vậy trái hẳn với kinh văn."

Sư nói: "Ta truyền tâm ấn Phật, sao dám trái với kinh Phật?"

Thưa rằng: "Trong kinh nói tánh Phật là thường. Hòa thượng lại nói vô thường. Các pháp thiện ác, cho đến cả tâm

Bồ-đề đều là vô thường, Hòa thượng lại nói là thường. Đó là trái ngược nhau, khiến đệ tử càng thêm nghi hoặc."

Sư nói: "Kinh Niết-bàn, trước đây ta có nghe ni sư Vô Tận Tạng tụng qua một lượt, liền vì bà ấy mà giảng thuyết, không một chữ, một nghĩa nào chẳng hợp kinh. Đến nay vì ngươi mà thuyết, vẫn không sai khác."

Thưa rằng: "Kẻ học đạo này kiến thức nông cạn, tối tăm. Nguyện Hòa thượng chỉ dạy cho cặn kẽ."

Sư nói: "Ngươi nên biết, Phật tánh nếu thường, thì nói làm gì các pháp thiện, ác... mà cho dù tính đến cùng kiếp cũng chẳng có lấy một người phát tâm Bồ-đề. Cho nên ta nói vô thường, chính là cái đạo chân thường của Phật thuyết.

"Lại nữa, hết thảy các pháp nếu như vô thường, tức nhiên mọi vật đều riêng có tự tánh, dung nạp và thọ lấy sự sống chết, vậy là tánh chân thường còn có chỗ chưa bao quát. Cho nên ta nói thường, chính là cái nghĩa vô thường chân thật của Phật thuyết.

"Phật vì kẻ phàm phu ngoại đạo chấp lẽ tà thường, vì hàng Nhị thừa chấp thường là vô thường, hợp thành tám thứ điên đảo,[1] cho nên trong giáo pháp Niết-bàn rốt ráo mới phá bỏ những chỗ kiến giải thiên lệch đó mà nói rõ nghĩa chân thường, chân lạc, chân ngã, chân tịnh. Nay ngươi lại chấp y theo lời nói, hiểu trái với thật nghĩa, lấy chỗ vô thường có đoạn diệt và chỗ thường chắc chắn dứt mất mà hiểu sai đi lời

---

[1] Tám điên đảo:
a) Bốn điên đảo của phàm phu, ngoại đạo: 1. Thường : Các pháp trong thế gian đều vô thường, mà cho là thường. 2. Lạc: Các pháp trong thế gian đều khổ, mà cho là vui. 3. Ngã: Các pháp trong thế gian đều vô ngã mà cho là hữu ngã. 4. Tịnh: Các pháp trong thế gian đều bất tịnh mà cho là tịnh.
b) Bốn điên đảo của hàng nhị thừa: 1. Vô thường: Đối với Niết-bàn là thường, kể là vô thường. 2 Vô lạc: Đối với Niết-bàn là vui, kể là Vô lạc. 3. Vô ngã: Đối với Niết-bàn là chân ngã, kể cho là vô ngã. 4. Vô tịnh: Đối với Niết-bàn là thanh tịnh, kể cho là vô tịnh.

dạy nhiệm mầu trọn vẹn và rốt ráo của Phật, như thế thì dù xem kinh đến ngàn lượt, liệu có ích gì?"

Hành Xương hốt nhiên đại ngộ, đọc kệ rằng:

Người chấp tâm vô thường,
Phật thuyết tánh hữu thường.
Không hiểu rõ phương tiện.
Như ao xuân nhặt sỏi.

Ta nay chẳng tốn công,
Mà Phật tánh hiện tiền.
Chẳng phải thầy truyền trao,
Cũng chẳng có chỗ đắc.

Sư nói: "Nay ngươi thật đã thật thấu triệt, nên lấy tên là Chí Triệt."

Chí Triệt lễ tạ mà lui ra.

Có một đồng tử mười ba tuổi, tên Thần Hội, con nhà họ Cao tại huyện Tương Dương, từ chùa Ngọc Tuyền[1] đến tham lễ Sư.

Sư hỏi: "Bậc tri thức từ xa khó nhọc đến, vậy đã được chỗ cội gốc ban sơ hay chưa? Nếu được, hẳn phải biết chủ. Thử nói ra xem."

Thần Hội nói: "Lấy vô trụ làm gốc, thấy tức là chủ."

Sư nói: "Chú sa-di này tranh lấy câu thứ yếu."

Thần Hội bèn hỏi: "Hòa thượng ngồi thiền thấy hay chẳng thấy?"

---

[1] Chùa Ngọc Tuyền do đại sư Thần Tú trụ trì.

Sư lấy gậy đánh ba cái, hỏi rằng: "Ta đánh nhà ngươi, đau hay không đau?"

Thưa rằng: "Cũng đau, cũng không đau."

Sư nói: "Ta cũng thấy, cũng chẳng thấy."

Thần Hội hỏi: "Thế nào là cũng thấy, cũng chẳng thấy?"

Sư nói: "Chỗ ta thấy, thường thấy điều lầm lỗi trong tâm mình, chẳng thấy điều phải quấy, tốt xấu của người khác. Bởi vậy cho nên cũng thấy, cũng chẳng thấy. Còn ngươi nói 'Cũng đau, cũng chẳng đau' là thế nào? Ngươi nếu chẳng đau, tức đồng với cây đá. Nếu đau, tức đồng với kẻ phàm phu, liền khởi oán giận. Ngươi từ trước thấy và chẳng thấy là hai bên; đau và chẳng đau là sanh diệt. Tự tánh của ngươi, ngươi còn chẳng thấy, sao dám đùa cợt người khác?"

Thần Hội lễ bái, ăn năn tạ lỗi.

Sư lại nói: "Ngươi nếu tâm mê chẳng thấy, nên hỏi bậc thiện tri thức chỉ đường cho. Nếu tâm ngộ, tức tự thấy tánh, liền y theo pháp mà tu hành. Nay ngươi mê chẳng thấy tự tâm, lại đến đây hỏi ta thấy với chẳng thấy. Ta thấy, ta tự biết, lẽ đâu mê thay cho ngươi? Ngươi nếu tự thấy, cũng chẳng mê thay cho ta. Sao chẳng tự biết tự thấy, lại hỏi ta thấy với chẳng thấy?"

Thần Hội lại lạy hơn trăm lạy, cầu tạ lỗi lầm. Từ đó siêng năng hầu hạ bên Sư chẳng rời.

Một ngày kia. Sư bảo đại chúng rằng: "Ta có một vật không đầu không đuôi, không danh không tự, không lưng[1] không mặt.[2] Các người có biết là gì chăng?"

---

[1] Lưng: bề trái

[2] Mặt: bề mặt

Thần Hội bước ra nói: "Đó là nguồn gốc của chư Phật, Phật tánh của Thần Hội."

Sư nói: "Vừa nói với ngươi không danh không tự, ngươi lại đặt ngay ra là "nguồn gốc, Phật tánh". Ngươi về sau có ở chốn am tranh[1] cũng chỉ thành tông đồ tri giải thôi."

Sau khi Tổ Sư diệt độ, Thần Hội vào Kinh Lạc, mở rộng Đốn giáo Tào Khê, soạn bộ sách Hiển Tông Ký lưu hành rộng rãi trong đời, lấy hiệu là Thiền sư Hà Trạch.

Sư thấy các tông phái vấn nạn, thảy đều khởi tâm ác, Ngài thương tình mới nhóm đồ chúng lại mà dạy rằng: "Người học đạo, hết thảy tâm thiện ác đều nên dứt sạch. Không tên nào có thể gọi, tên ở tự tánh. Tánh không phân biệt, gọi là thật tánh. Từ trên thật tánh, kiến lập ra hết thảy giáo môn: vừa nghe qua liền tu hành tự thấy."

Mọi người nghe giảng, thảy đều lễ bái, nguyện thờ làm thầy.

---

[1] Nguyên văn: "bả mão cái đầu", lấy cỏ tranh che đầu. Ở đây ý nói người đi tu, ở nơi am cỏ thanh đạm.

❖ **HÁN VĂN**

護法

HỘ PHÁP

品第九

Phẩm đệ cửu

神龍元年上元日。則天‧中宗詔云。

Thần Long nguyên niên, thượng nguyên nhật, Tắc Thiên, Trung Tông chiếu vân:

朕請安，秀二師，宮中供養，萬機之暇，每究一乘。二師推讓，云。南方有能禪師，密授忍大師衣法，傳佛心印，可請彼問。今遣內侍薛簡馳詔請迎。願師慈念，速赴上京。

"Trẫm thỉnh An, Tú nhị sư cung trung cúng dường, vạn cơ chi hạ, mỗi cứu Nhất thừa. Nhị sư thôi nhượng, vân: 'Nam phương hữu Năng Thiền sư, mật thọ Nhẫn Đại sư y pháp, truyền Phật tâm ấn, khả thỉnh bỉ vấn.' Kim khiển Nội thị Tiết Giản trì chiếu thỉnh nghinh. Nguyện Sư từ niệm, tốc phó Thượng kinh."

師上表辭疾，願終林麓。

Sư thướng biểu từ tật, nguyện chung lâm lộc.

薛簡曰。京城禪德皆云。欲得會道，必須坐禪習定。若不因禪定而得解脫者，未之有也。未審師所說法如何。

Tiết Giản viết: "Kinh thành thiền đức giai vân: 'Dục đắc hội Đạo, tất tu tọa thiền tập định. Nhược bất nhân thiền định nhi đắc giải thoát giả, vị chi hữu dã.' Vị thẩm Sư sở thuyết pháp như hà?"

師曰。道由心悟，豈在坐也。經云。若言如來若坐，若臥，是行邪道。何故。無所從來，亦無所去。無生無滅，是如來清淨禪。諸法空寂，是如來清淨坐。究竟無證，豈況坐耶。

Sư viết: "Đạo do tâm ngộ, khởi tại tọa dã? Kinh vân: 'Nhược ngôn Như Lai nhược tọa, nhược ngọa, thị hành tà đạo.' Hà cố? Vô sở tùng lai, diệc vô sở khứ. Vô sanh vô diệt, thị Như Lai thanh tịnh thiền. Chư pháp không tịch, thị Như Lai thanh tịnh tọa. Cứu cánh vô chứng, khởi huống tọa da?"

簡曰。弟子回京，主上必問。願師慈悲，指示心要，傳奏兩宮及京城學道者。譬如一燈然百千燈，冥者皆明，明明無盡。

Giản viết: "Đệ tử hồi kinh, Chúa thượng tất vấn. Nguyện Sư từ bi, chỉ thị tâm yếu, truyền tấu lưỡng cung cập kinh thành học đạo giả. Thí như nhất đăng nhiên bá thiên đăng, minh giả giai minh, minh minh vô tận."

師云。道無明暗。明暗是代謝之義。明明無盡，亦是有盡。相待立名，故淨名經云。法無有比，無相待故。

Sư vân: "Đạo vô minh ám. Minh ám thị đại tạ chi nghĩa.

Minh minh vô tận, diệc thị hữu tận. Tương đãi lập danh, cố Tịnh Danh Kinh vân: Pháp vô hữu tỷ, vô tương đãi cố."

簡曰。明喻智慧，暗喻煩惱。修道之人倘不以智慧照破煩惱，無始生死憑何出離。

Giản viết: "Minh dụ trí tuệ, ám dụ phiền não. Tu đạo chi nhân thảng bất dĩ trí tuệ chiếu phá phiền não, vô thủy sanh tử bằng hà xuất ly?"

師曰。煩惱即是菩提，無二無別。若以智慧照破煩惱者，此是二乘見解，羊鹿等機。上智大根悉不如是。

Sư viết: "Phiền não tức thị Bồ-đề, vô nhị vô biệt. Nhược dĩ trí tuệ chiếu phá phiền não giả, thử thị nhị thừa kiến giải, dương lộc đẳng cơ. Thượng trí đại căn tất bất như thị."

簡曰。如何是大乘見解。

Giản viết: "Như hà thị đại thừa kiến giải?"

師曰。明與無明，凡夫見二，智者了達其性無二。無二之性，即是實性。實性者，處凡愚而不減，在賢聖而不增，住煩惱而不亂，居禪定而不寂，不斷不常，不來不去，不在中間及其內外。不生不滅，性相如如，常住不遷，名之曰道。

Sư viết: "Minh dữ vô minh, phàm phu kiến nhị, trí giả liễu đạt kỳ tánh vô nhị. Vô nhị chi tánh, tức thị thật tánh. Thật tánh giả, xử phàm ngu nhi bất giảm, tại hiền thánh nhi bất tăng, trụ phiền não nhi bất loạn, cư thiền định nhi bất tịch, bất đoạn, bất thường, bất lai, bất khứ, bất tại trung gian cập kỳ nội, ngoại. Bất sanh bất diệt, tánh tướng như như, thường trụ bất thiên, danh chi viết đạo."

HỘ PHÁP

簡曰。師說不生不滅，何異外道。

Giản viết: "Sư thuyết bất sanh, bất diệt, hà dị ngoại đạo?"

師曰。外道所說不生不滅者，將滅止生，以生顯滅，滅猶不滅，生說不生。我說不生不滅者，本自無生，今亦不滅，所以不同外道。汝若欲知心要，但一切善惡都莫思量，自然得入清淨心體，湛然常寂，妙用恒沙。

Sư viết: "Ngoại đạo sở thuyết bất sanh, bất diệt giả, tương diệt chỉ sanh, dĩ sanh hiển diệt, diệt du bất diệt, sanh thuyết bất sanh. Ngã thuyết bất sanh, bất diệt giả, bản tự vô sanh, kim diệc bất diệt, sở dĩ bất đồng ngoại đạo. Nhữ nhược dục trì tâm yếu, đãn nhất thiết thiện ác đô mạc tư lượng, tự nhiên đắc nhập thanh tịnh tâm thể, trạm nhiên thường tịch, diệu dụng Hằng sa."

簡蒙指教，豁然大悟。禮辭歸闕，表奏師語。其年九月三日，有詔獎諭師曰。

Giản mông chỉ giáo, hoát nhiên đại ngộ. Lễ từ quy khuyết, biểu tấu Sư ngữ. Kỳ niên cửu nguyệt tam nhật, hữu chiếu tưởng dụ Sư viết:

師辭老疾，為朕修道，國之福田。師若淨名托疾毘耶闡揚大乘，傳諸佛心，談不二法。薛簡傳師指授如來知見，朕積善餘慶，宿種善根，值師出世，頓悟上乘，感荷師恩，頂戴無已。并奉磨衲袈裟及水晶缽，敕韶州刺史修飾寺宇，賜師舊居為國恩寺焉。

"Sư từ lão tật, vị trẫm tu đạo, quốc chi phước điền. Sư nhược Tịnh Danh thác tật Tỳ-da, xiển dương Đại thừa, truyền chư Phật tâm, đàm bất nhị pháp. Tiết Giản truyền Sư chỉ thọ Như Lai tri kiến, trẫm tích thiện dư khánh, túc chủng thiện căn, trị Sư xuất thế, đốn ngộ thượng thừa, cảm hà Sư ân, đỉnh đái vô dĩ? Tinh phụng ma nạp cà-sa cập thủy tinh bát, sắc Thiều Châu Thứ sử tu sức tự võ, tứ Sư cựu cư vi Quốc Ân tự yên."

❖ VIỆT VĂN

PHẨM THỨ IX

ỦNG HỘ PHẬT PHÁP

Ngày tiết thượng nguyên[1] trong năm đầu niên hiệu Thần Long,[2] Thái hậu Võ Tắc Thiên và Hoàng đế Trung Tông ban chiếu rằng:

"Trẫm thỉnh hai vị sư Huệ An[3] và Thần Tú vào cung cúng dường, để khi việc nước rảnh rang có thể tham học giáo pháp Nhất thừa. Hai sư từ chối, nói rằng: 'Phương Nam có Thiền sư Huệ Năng được Đại sư Hoằng Nhẫn mật truyền y pháp, hiện truyền tâm ấn Phật, nên thỉnh vị ấy mà hỏi.' Nay sai nội thị là Tiết Giản mang chiếu chỉ đến thỉnh. Mong sư mở niệm từ, mau đến kinh thành."

Sư dâng biểu cáo là có bịnh, xin được trọn đời ở nơi rừng núi. Tiết Giản thưa rằng:

"Các vị thiền đức tại kinh thành đều nói: 'Muốn hiểu được đạo phải ngồi thiền tập định. Như chẳng nhờ thiền định mà được giải thoát, thật là chưa có.' Chẳng hay ý thuyết pháp của Ngài như thế nào?"

Sư đáp: "Đạo do tâm ngộ, có phải ở chỗ tập ngồi đó sao? Kinh nói: 'Nếu bảo Như Lai ngồi hoặc nằm, ấy là hành đạo

---

[1] Rằm tháng giêng.
[2] Tức là năm 684, đời vua Đường Trung Tông.
[3] Tức Quốc sư Huệ An.

tà."¹ Có sao vậy? Vì không do chỗ nào mà lại, cũng không đi đến chỗ nào. Không sanh không diệt, ấy là phép thiền thanh tịnh của Như Lai. Các pháp đều như hư không tịch tĩnh, ấy là phép ngồi thanh tịnh của Như Lai. Rốt cuộc còn không có chỗ chứng đắc, huống lại phải ngồi sao?"

Tiết Giản thưa rằng: "Đệ tử về kinh, Chúa thượng ắt phải hỏi. Nguyện Sư từ bi, chỉ bảo cho chỗ tâm yếu để tâu lên hai cung² và truyền lại với những người học đạo nơi kinh thành. Ví như một ngọn đèn nối qua trăm ngàn ngọn đèn, các chỗ tối đều sáng, sáng hoài không dứt."

Sư nói: "Đạo không có sáng tối. Sáng tối là nghĩa thay đổi nối tiếp nhau. Sáng hoài không dứt cũng nghĩa là có dứt. Do đối đãi nhau mà thành tên,³ cho nên Kinh Tịnh Danh nói: Pháp không có so sánh, không có đối đãi."

Tiết Giản nói: "Sáng ví cho trí tuệ, tối ví cho phiền não. Người tu hành nếu chẳng đem trí tuệ chiếu phá phiền não thì vòng sanh tử từ vô thủy đến nay nhờ đâu mà ra khỏi?"

Sư nói: "Phiền não tức Bồ-đề, không hai, không khác. Nếu đem trí tuệ chiếu phá phiền não, đó là kiến giải của hàng nhị thừa,⁴ là căn cơ của hạng xe dê, xe hươu.⁵ Hàng đại căn, thượng trí chẳng phải như vậy."

Tiết Giản hỏi: "Thế nào là kiến giải của Đại thừa?"

Sư đáp: "Sáng với không sáng, kẻ phàm phu thấy là hai. Người trí liễu đạt thấy tánh của sáng tối vốn chẳng có hai. Tánh không hai đó là tánh thật. Tánh thật ở nơi phàm phu

---

¹ Ở đây dẫn Kinh Kim Cang.
² Tức là Vua và Thái hậu.
³ Do có sáng, mới gọi chỗ không sáng là tối, và ngược lại. Tất cả các pháp đối đãi đều như vậy. Xem phẩm Phó Chúc.
⁴ Thừa Thanh văn và thừa Duyên giác.
⁵ Các ví dụ dùng trong Kinh Pháp Hoa, chỉ hai thừa Thanh văn và Duyên giác. Xem phẩm Cơ Duyên.

không bớt; ở bậc hiền thánh cũng chẳng tăng thêm; trụ nơi phiền não mà không tán loạn; ở nơi thiền định cũng chẳng vắng lặng; không dứt mất, không thường còn, chẳng lại, chẳng qua; chẳng ở khoảng giữa cùng là trong ngoài, chẳng sanh ra, chẳng diệt mất, tánh tướng đều như như, thường trụ không chuyển dời, đó gọi là Đạo."

Tiết Giản hỏi: "Sư nói chẳng sanh chẳng diệt, có khác gì ngoại đạo?"

Sư đáp: "Ngoại đạo nói chẳng sanh chẳng diệt, đó là lấy chỗ diệt mà dừng chỗ sanh; lấy chỗ sanh mà bày rõ chỗ diệt.[1] Chỗ diệt, họ nói thành chẳng diệt; chỗ sanh, họ nói là chẳng sanh. Ta nói chẳng sanh chẳng diệt đây là vốn xưa không sanh, nay cũng chẳng diệt, cho nên chẳng đồng với ngoại đạo. Ngươi nếu muốn biết chỗ tâm yếu, chỉ cần đối với hết thảy việc thiện ác đều không suy lường,[2] tự nhiên sẽ được tâm thể thanh tịnh, sáng tỏ thường tịch, chỗ diệu dụng nhiều như cát sông Hằng."

Tiết Giản nhờ ơn chỉ dạy, hoát nhiên đại ngộ. Lễ bái từ biệt về triều, dâng biểu tâu lên lời nói của Sư. Ngày mùng ba tháng chín năm ấy,[3] có chiếu dụ xưng tán Sư rằng:

"Sư lấy cớ già yếu, vì trẫm mà lo tu đạo, ấy là ruộng phước[4] của cả nước. Sư cũng như ngài Tịnh Danh[5] cáo bệnh ở thành Tỳ-da,[6] xiển dương Đại thừa, truyền tâm chư Phật, luận pháp bất nhị.

---

[1] Chỗ này rơi vào pháp đối đãi.
[2] Tổ Sư khai ngộ cho Huệ Minh cũng nói: "Không nghĩ thiện, không nghĩ ác..." Xem phẩm Hành Do.
[3] Tức cùng trong năm 684.
[4] Tức là nơi mọi người có thể gieo hạt giống phước đức vào để được hưởng quả tốt đẹp về sau.
[5] Tức là ngài Duy-ma-cật, vị Bồ Tát hiện thân cư sĩ thuyết pháp trong kinh Tịnh Danh, cũng gọi là kinh Duy-ma-cật sở thuyết.
[6] Tức là thành Tỳ-da-ly, hay Tỳ-xá-ly, chữ Phạn, dịch nghĩa là Quảng Nghiêm, là nơi ngài Duy-ma-cật thuyết pháp.

"Tiết Giản có truyền lại lời Sư chỉ rõ tri kiến Như Lai, Trẫm nhờ chất chứa nhân lành, trồng sẵn thiện căn, nên mới gặp lúc Sư ra đời, đốn ngộ pháp thượng thừa, cảm đội ơn Sư mãi mãi không hết!

"Nay xin dâng tấm áo cà-sa Ma-nạp và bình bát thủy tinh. Lệnh cho quan Thứ sử Thiều Châu sửa sang lại cảnh chùa, và ban hiệu cho chỗ ở cũ của Sư là Chùa Quốc Ân."

❖ **HÁN VĂN**

付囑

PHÓ CHÚC

品第十

Phẩm đệ thập

師一日喚門人法海，志誠，法達，神會，智常，智通，志徹，志道，法珍，法如等，曰。

Sư nhất nhật hoán môn nhân: Pháp Hải, Chí Thành, Pháp Đạt, Thần Hội, Trí Thường, Trí Thông, Chí Triệt, Chí Đạo, Pháp Trân, Pháp Như đẳng, viết:

汝等不同餘人。吾滅度後，各為一方師。吾今教汝說法，不失本宗。

"Nhữ đẳng bất đồng dư nhân. Ngô diệt độ hậu, các vi nhất phương sư. Ngô kim giáo nhữ thuyết pháp, bất thất bản tông.

先須舉三科法門，動用三十六對。出沒即離兩邊，說一切法，莫離自性。忽有人問汝法，出語盡雙，皆取對法，來去相因。究竟二法盡除，更無去處。

"Tiên tu cử tam khoa pháp môn, động dụng tam thập lục đối. Xuất một tức ly lưỡng biên, thuyết nhất thiết pháp, mạc ly tự tánh. Hốt hữu nhân vấn nhữ pháp, xuất ngữ tận song, giai thủ đối pháp, lai khứ tương nhân. Cứu cánh nhị pháp tận trừ, cánh vô khứ xứ.

三科法門者。陰界入也。陰，是五陰，色，受，想，行，識是也。入，是十二入，外六塵色，聲，香，味，觸，法。內六門眼，耳，鼻，舌，身，意是也。界，是十八界，六塵，六門，六識是也。自性能含萬法，名含藏識。若起思量，即是轉識。生六識，出六門，見六塵，如是一十八界，皆從自性起用。自性若邪，起十八邪。自性若正，起十八正。若惡用，即眾生用。善用，即佛用。

"Tam khoa pháp môn giả: ấm, giới, nhập dã. Ấm, thị ngũ ấm: sắc, thọ, tưởng, hành, thức thị dã. Nhập, thị thập nhị nhập, ngoại lục trần: sắc, thanh, hương, vị, xúc, pháp; nội lục môn: nhãn, nhĩ, tỷ, thiệt, thân, ý thị dã. Giới, thị thập bát giới: lục trần, lục môn, lục thức thị dã. Tự tánh năng hàm vạn pháp, danh Hàm tàng thức. Nhược khởi tư lượng, tức thị chuyển thức. Sanh lục thức, xuất lục môn, kiến lục trần, như thị nhất thập bát giới giai tùng tự tánh khởi dụng. Tự tánh nhược tà, khởi thập bát tà. Tự tánh nhược chánh, khởi thập bát chánh. Nhược ác dụng, tức chúng sanh dụng. Thiện dụng, tức Phật dụng.

用由何等。由自性有，對法外境。無情五對，天與地對，日與月對，明與暗對，陰與陽對，水與火對。此是五對也。法相，語言十二對，語與法對，有與無對，有色與無色對，有相與無相對，有漏與無漏對，色與空對，動與靜對，清與濁對，凡與聖對，僧與俗對，老與少對，大與小對。此是十二對也。

"Dụng do hà đẳng? Do tự tánh hữu, đối pháp ngoại cảnh. Vô tình ngũ đối: thiên dữ địa đối, nhật dữ nguyệt đối, minh dữ ám đối, âm dữ dương đối, thủy dữ hỏa đối. Thử thị ngũ đối dã. Pháp tướng, ngữ ngôn thập nhị đối: ngữ dữ pháp đối, hữu dữ vô đối, hữu sắc dữ vô sắc đối, hữu tướng dữ vô tướng đối, hữu lậu dữ vô lậu đối, sắc dữ không đối, động dữ tĩnh đối, thanh dữ trược đối, phàm dữ thánh đối, tăng dữ tục đối, lão dữ thiếu đối, đại dữ tiểu đối. Thử thị thập nhị đối dã.

自性起用十九對，長與短對，邪與正對，癡與慧對，愚與智對，亂與定對，慈與毒對，戒與非對，直與曲對，實與虛對，險與平對，煩惱與菩提對，常與無常對，悲與害對，喜與瞋對，捨與慳對，進與退對，生與滅對，法身與色身對，化身與報身對。此是十九對也。

"Tự tánh khởi dụng thập cửu đối: trường dữ đoản đối, tà dữ chánh đối, si dữ tuệ đối, ngu dữ trí đối, loạn dữ định đối, từ dữ độc đối, giới dữ phi đối, trực dữ khúc đối, thật dữ hư đối, hiểm dữ bình đối, phiền não dữ Bồ-đề đối, thường dữ vô thường đối, bi dữ hại đối, hỷ dữ sân đối, xả dữ kiên đối, tấn dữ thối đối, sanh dữ diệt đối, pháp thân dữ sắc thân đối, hóa thân dữ báo thân đối. Thử thị thập cửu đối dã."

師言。此三十六對法，若解用，即道貫一切經法，出入即離兩邊。自性動用，共人言語。外於相離相，內於空離空。若全著相，即長邪見。若全執空，即長無明。執空之人有謗經直言不用文字。既云不用文字，人亦不合語言。只此語言，便是文字之相。又云。直道不立文字，即此不立兩字亦是文字。見人所說，便即謗他，言著文字。汝等須知，自迷猶可，又謗佛經。不要謗經罪障無數。

Sư ngôn: "Thử tam thập lục đối pháp, nhược giải dụng, tức đạo quán nhất thiết kinh, pháp. Xuất, nhập tức ly lưỡng biên. Tự tánh động dụng, cộng nhân ngôn ngữ. Ngoại ư tướng ly tướng, nội ư không ly không. Nhược toàn trước tướng, tức trưởng tà kiến. Nhược toàn chấp không, tức trưởng vô minh. Chấp không chi nhân hữu báng kinh trực ngôn bất dụng văn tự. Ký vân bất dụng văn tự, nhân diệc bất hợp ngữ ngôn. Chỉ thử ngữ ngôn, tiện thị văn tự chi tướng. Hựu vân: Trực đạo bất lập văn tự, tức thử bất lập lưỡng tự diệc thị văn tự. Kiến nhân sở thuyết, tiện tức báng tha, ngôn trước văn tự. Nhữ đẳng tu tri, tự mê du khả, hựu báng Phật kinh. Bất yếu báng kinh tội chướng vô số.

若著相於外，而作法求真，或廣立道場，說有無之過患。如是之人，累劫不可見性。但聽依法修行，又莫百物不思，而於道性窒礙。若聽說不修，令人反生邪念。但依法修行，無住相法施。

"Nhược trước tướng ư ngoại, nhi tác pháp cầu chân, hoặc quảng lập đạo tràng, thuyết hữu vô chi quá hoạn. Như thị chi nhân lũy kiếp bất khả kiến tánh. Đãn thính y pháp tu hành, hựu mạc bách vật bất tư, nhi ư đạo tánh trất ngại. Nhược thính thuyết bất tu, linh nhân phản sanh tà niệm. Đãn y pháp tu hành, vô trụ tướng pháp thí.

汝等若悟，依此說，依此用，依此行，依此作，即不失本宗。若有人問汝義，問有將無對，問無將有對，問聖以凡對，問凡以聖對。二道相因，生中道義。如一問一對，餘問，一依此作，即不失理也。設有人問，何名為闇。答云。明是因，

PHÓ CHÚC

闇是緣，明沒即闇。以明顯闇，以闇顯明。來去相因，成中道義。餘問，悉皆如此。汝等於後傳法，依此轉相教授，勿失宗旨。

"Nhữ đẳng nhược ngộ, y thử thuyết, y thử dụng, y thử hành, y thử tác, tức bất thất bổn tông. Nhược hữu nhân vấn nhữ nghĩa: vấn hữu, tương vô đối; vấn vô, tương hữu đối; vấn thánh, dĩ phàm đối; vấn phàm, dĩ thánh đối. Nhị đạo tương nhân, sanh trung đạo nghĩa. Như nhất vấn, nhất đối; dư vấn, nhất y thử tác, tức bất thất lý dã. Thiết hữu nhân vấn: 'Hà danh vi ám?' Đáp vân: 'Minh thị nhân, ám thị duyên, minh một tức ám.' Dĩ minh hiển ám, dĩ ám hiển minh. Lai, khứ tương nhân, thành trung đạo nghĩa. Dư vấn, tất giai như thử. Nhữ đẳng ư hậu truyền pháp, y thử chuyển tương giáo thọ, vật thất tông chỉ."

師於太極元年，壬子，延和七月，命門人往新州，國恩寺建塔，仍令促工，次年夏末落成。七月一日。集徒眾，曰。

Sư ư Thái Cực nguyên niên, Nhâm Tý, Diên Hòa thất nguyệt, mạng môn nhân vãng Tân Châu, Quốc Ân tự kiến tháp, nhưng linh xúc công, thứ niên hạ mạt lạc thành. Thất nguyệt nhất nhật, tập đồ chúng, viết:

吾至八月，欲離世間。汝等有疑，早須相問。為汝破疑，令汝迷盡。吾若去後，無人教汝。

"Ngô chí bát nguyệt, dục ly thế gian. Nhữ đẳng hữu nghi, tảo tu tương vấn. Vị nhữ phá nghi, linh nhữ mê tận. Ngô nhược khứ hậu, vô nhân giáo nhữ."

法海等聞。悉皆涕泣。惟有神會。神情不動。亦無涕泣。

Pháp Hải đẳng vân, tất giai thế khấp. Duy hữu Thần Hội, thần tình bất động, diệc vô thế khấp.

師云。神會小師卻得善不善等，毀譽不動，哀樂不生，餘者不得。數年山中，竟修何道。汝今悲泣，為憂阿誰。若憂吾不知去處，吾自知去處。吾若不知去處，終不預報於汝。汝等悲泣，蓋為不知吾去處。若知吾去處，即不合悲泣。法性本無生滅去來。汝等盡坐，吾與汝說一偈，名曰真假動靜偈。汝等誦取此偈，與吾同意。依此修行，不失宗旨。

Sư vân: "Thần Hội tiểu sư khước đắc thiện bất thiện đẳng, hủy dự bất động, ai lạc bất sanh, dư giả bất đắc. Sổ niên sơn trung, cánh tu hà đạo? Nhữ kim bỉ khấp, vị ưu a thùy? Nhược ưu ngô bất tri khứ xứ, ngô tự tri khứ xứ. Nhược ngô bất tri khứ xứ, chung bất dự báo ư nhữ. Nhữ đẳng bi khấp, cái vị bất tri ngô khứ xứ. Nhược tri ngô khứ xứ, tức bất hợp bi khấp. Pháp tánh bản vô sanh diệt khứ lai. Nhữ đẳng tận tọa, ngô dữ nhữ thuyết nhất kệ, danh viết Chân giả động tĩnh kệ. Nhữ đẳng tụng thủ thử kệ, dữ ngô đồng ý. Y thử tu hành, bất thất tông chỉ."

眾僧作禮。請師說偈。偈曰。

Chúng tăng tác lễ, thỉnh Sư tác kệ. Kệ viết:

一切無有真，
不以見於真。
若見於真者，
是見盡非真。

Nhất thiết vô hữu chân,

Bất dĩ kiến ư chân.
Nhược kiến ư chân giả,
Thị kiến tận phi chân.

若能自有真，
離假即心真。
自心不離假，
無真何處真。

Nhược năng tự hữu chân,
Ly giả tức tâm chân.
Tự tâm bất ly giả,
Vô chân, há xứ chân?

有情即解動，
無情即不動。
若修不動行，
同無情不動。

Hữu tình tức giải động,
Vô tình tức bất động.
Nhược tu bất động hạnh,
Đồng vô tình bất động.

若覓真不動，
動上有不動。
不動是不動，
無情無佛種。

Nhược mịch chân bất động,
Động thượng hữu bất động.
Bất động thị bất động,
Vô tình vô Phật chủng.

能善分別相，
第一義不動。
但作如此見，
即是真如用。

Năng thiện phân biệt tướng,
Đệ nhất nghĩa bất động.
Đãn tác như thử kiến,
Tức thị chân như dụng.

報諸學道人，
努力須用意。
莫於大乘門，
卻執生死智。

Báo chư học đạo nhân:
Nỗ lực tu dụng ý.
Mạc ư đại thừa môn,
Khước chấp sanh tử trí.

若言下相應，
即共論佛義。
若實不相應，
合掌令歡喜。

Nhược ngôn hạ tương ưng,
Tức cộng luận Phật nghĩa.
Nhược thật bất tương ưng,
Hiệp chưởng linh hoan hỷ.

此宗本無諍，
諍即失道意。
執逆諍法門，
自性入生死。

PHÓ CHÚC

Thử tông bản vô tranh,
Tranh tức thất đạo ý.
Chấp nghịch tranh pháp môn,
Tự tánh nhập sanh tử.

時，徒眾聞說偈已，普皆作禮。並體師意，各各攝心，依法修行，更不敢諍。乃知大師不久住世。法海上座，再拜問曰。和尚入滅之後。衣法當付何人。

Thời, đồ chúng văn thuyết kệ dĩ, phổ giai tác lễ. Tịnh thể Sư ý, các các nhiếp tâm, y pháp tu hành, cánh bất cảm tranh. Nãi tri Đại sư bất cửu trụ thế. Pháp Hải thượng tòa, tái bái vấn viết: "Hòa thượng nhập diệt chi hậu, y pháp đương phó hà nhân?"

師曰。吾於大梵寺說法，以至於今，抄錄流行，目曰法寶壇經。汝等守護，遞相傳授，度諸群生。但依此說，是名正法。今為汝等說法，不付其衣。蓋為汝等信根淳熟，決定無疑，堪任大事。然據先祖達磨大師付授偈意，衣不合傳。偈曰。

Sư viết: "Ngô ư Đại Phạm tự thuyết pháp, dĩ chí ư kim, sao lục lưu hành, mục viết Pháp Bảo Đàn Kinh. Nhữ đẳng thủ hộ, đệ tương truyền thọ, độ chư quần sanh. Đãn y thử thuyết, thị danh chánh pháp. Kim vị nhữ đẳng thuyết pháp, bất phó kỳ y. Cái vị nhữ đẳng tín căn thuần thục, quyết định vô nghi, kham nhậm đại sự. Nhiên cứ tiên tổ Đạt-ma Đại sư phó thọ kệ ý, y bất hợp truyền. Kệ viết:

吾本來茲土，
傳法救迷情。

一華開五葉，
結果自然成。

Ngô bản lai tư thổ,
Truyền Pháp cứu mê tình.
Nhất hoa khai ngũ diệp,
Kết quả tự nhiên thành."

師復曰。諸善知識。汝等各各淨心，聽吾說法。

Sư phục viết: "Chư thiện tri thức! Nhữ đẳng các các tịnh tâm, thính ngô thuyết pháp:

若欲成就種智，須達一相三昧，一行三昧。若於一切處而不住相，於彼相中不生憎愛，亦無取捨，不念利益成壞等事，安閒，恬靜，虛融，澹泊，此名一相三昧。

"Nhược dục thành tựu chủng trí, tu đạt Nhất tướng Tam-muội, Nhất hạnh Tam-muội. Nhược ư nhất thiết xứ nhi bất trụ tướng, ư bỉ tướng trung bất sanh tắng ái, diệc vô thủ xả, bất niệm lợi ích, thành hoại đẳng sự, an nhàn, điềm tĩnh, hư dung, đạm bạc, thử danh Nhất tướng tam muội.

若於一切處，行住坐臥，純一直心，不動道場，真成淨土，此名一行三昧。若人具二三昧，如地有種，含藏，長養，成熟其實。一相一行，亦復如是。我今說法，猶如時雨，普潤大地。汝等佛性譬諸種子，遇茲霑洽，悉得發生。承吾旨者，決獲菩提。依吾行者，定證妙果。聽吾偈曰。

"Nhược ư nhất thiết xứ, hành trụ tọa ngọa, thuần nhất trực tâm, bất động đạo tràng, chân thành tịnh độ, thử danh Nhất hạnh Tam-muội. Nhược nhân câu nhị Tam-muội, như

PHÓ CHÚC

địa hữu chủng, hàm tàng, trưởng dưỡng, thành thục kỳ thật. Nhất tướng, nhất hạnh, diệc phục như thị. Ngã kim thuyết pháp, du như thời vũ, phổ nhuận đại địa. Nhữ đẳng Phật tánh thí như chủng tử, ngộ tư chiêm hợp, tất giai phát sanh. Thừa ngô chỉ giả, quyết hoạch Bồ-đề. Y ngô hạnh giả, định chứng diệu quả. Thính ngô kệ viết:

心地含諸種，
普雨悉皆萌。
頓悟華情已，
菩提果自成。

Tâm địa hàm chư chủng,
Phổ vũ tất giai manh,
Đốn ngộ hoa tình dĩ,
Bồ-đề quả tự thành."

師說偈已，曰 。其法無二，其心亦然 。其道清淨，亦無諸相。汝等慎勿觀靜及空其心 。此心本淨，無可取捨。各自努力，隨緣好去 。

Sư thuyết kệ dĩ, viết: "Kỳ pháp vô nhị, kỳ tâm diệc nhiên. Kỳ đạo thanh tịnh, diệc vô chư tướng. Nhữ đẳng thận vật quán tĩnh cập không kỳ tâm. Thử tâm bản tịnh, vô khả thủ xả. Các tự nỗ lực, tùy duyên hảo khứ."

爾時，徒眾作禮而退 。

Nhĩ thời, đồ chúng tác lễ nhi thối.

大師，七月八日，忽謂門人曰。吾欲歸新州，汝等速理舟楫。大眾哀留甚堅。

Đại sư, thất nguyệt bát nhật, hốt vị môn nhân viết: Ngô dục quy Tân Châu, nhữ đẳng tốc lý châu tiếp. Đại chúng ai lưu thậm kiên.

師曰。諸佛出現，猶示涅槃。有來必去，理亦常然。吾此形骸，歸必有所。

Sư viết: "Chư Phật xuất hiện, du thị Niết-bàn. Hữu lai tất khứ, lý diệc đương nhiên. Ngô thử hình hài, quy tất hữu sở."

眾曰。師從此去，早晚可回。

Chúng viết: "Sư tùng thử khứ, tảo vãn khả hồi."

師曰。葉落歸根。來時無口。

Sư viết: "Diệp lạc quy căn." Lai thời vô khẩu.

又問曰。正法眼藏傳付何人。

Hựu vấn viết: "Chánh pháp nhãn tạng truyền phó hà nhân?"

師曰。有道者得，無心者通。

Sư viết: "Hữu đạo giả đắc, vô tâm giả thông."

又問。此後莫有難否。

Hựu vấn: "Thử hậu mạc hữu nạn phủ?"

師曰。吾滅後五六年，當有一人來取吾首。聽吾讖曰。

Sư viết: "Ngô diệt hậu ngũ lục niên, đương hữu nhất nhân lai thủ ngô thủ. Thính ngô sấm viết:

頭上養親，
口裏須餐。
遇滿之難，
楊柳為官。

*Đầu thượng dưỡng thân,
Khẩu lý tu xan.
Ngộ Mãng chi nạn,
Dương, Liễu vi quan."*

又云。吾去七十年，有二菩薩從東方來。一出家，一在家。同時興化。建立吾宗。締緝伽藍。昌隆法嗣。

Hựu vân: "Ngô khứ thất thập niên, hữu nhị Bồ Tát tùng Đông phương lai, nhất xuất gia, nhất tại gia, đồng thời hưng hóa, kiến lập ngô tông, đế tập Già-lam, xương long Pháp tự."

問曰。未知從上佛祖應現已來，傳授幾代。願垂開示。

Vấn viết: "Vị tri tùng thượng Phật tổ ứng hiện dĩ lai, truyền thọ kỷ đại? Nguyện thùy khai thị."

師云。古佛應世已無數量，不可計也。今以七佛為始。過去莊嚴劫，毘婆尸佛，尸棄佛，毘舍浮佛。今賢劫，拘留孫佛，拘那含牟尼佛，迦葉佛，釋迦文佛。是為七佛。

Sư vân: "Cổ Phật ứng thế dĩ vô số lượng, bất khả kế dã. Kim dĩ thất Phật vi thủy. Quá khứ Trang nghiêm Kiếp: Tỳ-bà-thi Phật, Thi-khí Phật, Tỳ-xá-phù Phật. Kim Hiền Kiếp: Câu-lưu-tôn Phật, Câu-na-hàm Mâu-ni Phật, Ca-diếp Phật, Thích-ca Văn Phật. Thị vi thất Phật.

釋迦文佛首傳摩訶迦葉尊者。

"Thích-ca Văn Phật thủ truyền Ma-ha Ca-diếp Tôn giả.

第二，阿難尊者，第三，商那和修尊者，第四，優波鞠多尊者，第五提多迦尊者，第六，彌遮迦尊者，第七，婆須蜜多尊者，第八，佛馱難提尊者，第九伏馱蜜多尊者，第十，脅尊者，十一，富那夜奢尊者，十二，馬鳴大士，十三，迦毘摩羅尊者，十四，龍樹大士，十五，迦那提婆尊者，十六，羅睺羅多尊者，十七，僧伽難提尊者，十八，伽耶舍多尊者，十九，鳩摩羅多尊者，二十，闍耶多尊者，二十一，婆修盤頭尊者，二十二，摩拏羅尊者，二十三，鶴勒那尊者，二十四，師子尊者，二十五，婆舍斯多尊者，二十六，不如蜜多尊者，二十七，般若多羅尊者，二十八，菩提達磨尊者，二十九，慧可大師，三十，僧璨大師，三十一，道信大師，三十二，弘忍大師。惠能是為三十三祖。

"Đệ nhị, A-nan Tôn giả; đệ tam, Thương-na Hòa-tu Tôn giả; đệ tứ, Ưu-ba-cúc-đa Tôn giả; đệ ngũ, Đề-đa-ca Tôn giả; đệ lục Di-già-ca Tôn giả; đệ thất, Bà-tu-mật-đa Tôn giả; đệ bát, Phật-đà Nan-đề Tôn giả; đệ cửu, Phục-đà Mật-đa Tôn giả; đệ thập, Hiếp Tôn giả; thập nhất, Phú-na Dạ-xa Tôn giả; thập nhị, Mã Minh Đại sĩ; thập tam, Ca-tỳ Ma-la Tôn giả; thập tứ, Long Thọ Đại sĩ; thập ngũ, Ca-na-đề-bà Tôn giả; thập lục, La-hầu-la-đa Tôn giả; thập thất, Tăng-già Nan-đề Tôn giả; thập bát, Già-da Xá-đa Tôn giả; thập cửu, Cưu-ma-la-đa Tôn giả; nhị thập, Xà-da-đa Tôn giả; nhị thập nhất, Bà-tu Bàn-đầu Tôn giả; nhị thập nhị, Ma-nô-la Tôn giả; nhị

PHÓ CHÚC

thập tam, Hạc-lặc-na Tôn giả; nhị thập tứ, Sư Tử Tôn giả; nhị thập ngũ, Bà-xá Tư-đa Tôn giả; nhị thập lục, Bất-như Mật-đa Tôn giả; nhị thập thất, Bát-nhã Đa-la Tôn giả; nhị thập bát, Bồ-đề Đạt-ma Tôn giả; nhị thập cửu, Huệ Khả Đại sư; tam thập, Tăng Xán Đại sư; tam thập nhất, Đạo Tín Đại sư; tam thập nhị, Hoằng Nhẫn Đại sư. Huệ Năng thị vi Tam thập tam Tổ.

從上諸祖，各有稟承。汝等向後，遞代流傳，毋令乖誤。

"Tùng thượng chư Tổ, các hữu bẩm thừa. Nhữ đẳng hướng hậu, đệ đại lưu truyền, vô linh quai ngộ."

眾聞信受，作禮而退。

Chúng văn tín thọ, tác lễ nhi thối.

大師，先天二年，癸丑歲，八月初三日，於國恩寺齋罷，謂諸徒眾曰。汝等各依位坐，吾與汝別。

Đại sư, Tiên Thiên nhị niên, Quí Sửu tuế, bát nguyệt sơ tam nhật, ư Quốc Ân tự trai bãi, vị chư đồ chúng viết: "Nhữ đẳng các y vị tọa, ngô dữ nhữ biệt."

法海白言。和尚留何教法，令後代迷人得見佛性。

Pháp Hải bạch ngôn: "Hòa thượng lưu hà giáo pháp, linh hậu đại mê nhân đắc kiến Phật tánh?"

師言。汝等諦聽。後代迷人若識眾生，即是佛性。若不識眾生，萬劫覓佛難逢。吾今教汝識自心眾生，見自心佛性。欲求見佛，但識眾生。

231

只為眾生迷佛，非是佛迷眾生。自性若悟，眾生是佛。自性若迷，佛是眾生。自性平等，眾生是佛。自性邪險，佛是眾生。

Sư ngôn: "Nhữ đẳng đế thính: Hậu đại mê nhân nhược thức chúng sanh, tức thị Phật tánh. Nhược bất thức chúng sanh, vạn kiếp mịch Phật nan phùng. Ngô kim giáo nhữ thức tự tâm chúng sanh, kiến tự tâm Phật tánh. Dục cầu kiến Phật, đãn thức chúng sanh. Chỉ vị chúng sanh mê Phật, phi thị Phật mê chúng sanh. Tự tánh nhược ngộ, chúng sanh thị Phật; tự tánh nhược mê, Phật thị chúng sanh. Tự tánh bình đẳng, chúng sanh thị Phật; tự tánh tà hiểm, Phật thị chúng sanh.

汝等心若險曲，即佛在眾生中。一念平直，即是眾生成佛。我心自有佛。自佛是真佛。自若無佛心，何處求真佛。汝等自心是佛，更莫狐疑。外無一物而能建立。皆是本心生萬種法。

"Nhữ đẳng tâm nhược hiểm khúc, tức Phật tại chúng sanh trung. Nhất niệm bình trực, tức thị chúng sanh thành Phật. Ngã tâm tự hữu Phật. Tự Phật thị chân Phật. Tự nhược vô Phật tâm, hà xứ cầu chân Phật? Nhữ đẳng tự tâm thị Phật, cánh mạc hồ nghi. Ngoại vô nhất vật nhi năng kiến lập, giai thị bản tâm sanh vạn chủng pháp.

故經云。心生種種法生，心滅種種法滅。吾今留一偈，與汝等別，名自性真佛偈。後代之人識此偈意，自見本心，自成佛道。偈曰。

"Cố Kinh vân: 'Tâm sanh, chủng chủng pháp sanh; tâm diệt, chủng chủng pháp diệt.' Ngô kim lưu nhất kệ, dữ nhữ đẳng biệt, danh Tự tánh chân Phật Kệ. Hậu đại chi nhân thức thử kệ ý, tự kiến bản tâm, tự thành Phật đạo." Kệ viết:

真如自性是真佛，
邪見三毒是魔王。
邪迷之時魔在舍，
正見之時佛在堂。

Chân như tự tánh thị chân Phật,
Tà kiến tam độc thị ma vương.
Tà mê chi thời, ma tại xá.
Chánh kiến chi thời, Phật tại đường.

性中邪見三毒生，
即是魔王來住舍。
正見自除三毒心，
魔變成佛真無假。

Tánh trung tà kiến, tam độc sanh,
Tức thị ma vương lai trụ xá.
Chánh kiến tự trừ tam độc tâm,
Ma biến thành Phật chân vô giả!

法身報身及化身，
三身本來是一身。
若向性中能自見，
即是成佛菩提因。

Pháp thân, Báo thân cập Hóa thân,
Tam thân bản lai thị Nhất thân.
Nhược hướng tánh trung năng tự kiến,
Tức thị thành Phật Bồ-đề nhân.

本從化身生淨性，
淨性常在化身中。

性使化身行正道，
當來圓滿真無窮。

Bản tùng Hóa thân sanh Tịnh tánh,
Tịnh tánh thường tại Hóa thân trung.
Tánh sử Hóa thân hành chánh đạo,
Đương lai viên mãn chân vô cùng.

婬性本是淨性因，
除婬即是淨性身。
性中各自離五欲，
見性剎那即是真。

Dâm tánh bản thị tịnh tánh nhân,
Trừ dâm tức thị tịnh tánh thân.
Tánh trung các tự ly ngũ dục,
Kiến tánh sát-na tức thị chân.

今生若遇頓教門，
忽悟自性見世尊。
若欲修行覓作佛，
不知何處擬求真。

Kim sanh nhược ngộ Đốn giáo môn,
Hốt ngộ tự tánh, kiến Thế Tôn.
Nhược dục tu hành mịch tác Phật,
Bất tri hà xứ nghĩ cầu chân.

若能心中自見真，
有真即是成佛因。
不見自性外覓佛，
起心總是大癡人。

PHÓ CHÚC

Nhược năng tâm trung tự kiến chân,
Hữu chân tức thị thành Phật nhân.
Bất kiến tự tánh ngoại mịch Phật,
Khởi tâm tổng thị đại si nhân.

頓教法門今已留，
救度世人須自修。
報汝當來學道者，
不作此見大悠悠。

Đốn giáo pháp môn kim dĩ lưu,
Cứu độ thế nhân tu tự tu.
Báo nhữ đương lai học đạo giả:
Bất tác thử kiến đại du du.

師說偈已，告曰 。汝等好住。吾滅度後，莫作世情悲泣雨淚，受人弔問。身著孝服，非吾弟子，亦非正法。但識自本心，見自本性，無動無靜，無生無滅，無去無來，無是無非，無住無往。恐汝等心迷，不會吾意。今再囑汝，令汝見性。吾滅度後，依此修行，如吾在日 。若違吾教，縱吾在世，亦無有益。復說偈曰 。

Sư thuyết kệ dĩ, cáo viết: "Nhữ đẳng hảo trụ! Ngô diệt độ hậu, mạc tác thế tình bi khấp võ lệ, thọ nhân điếu vấn. Thân trước hiếu phục, phi ngô đệ tử, diệc phi Chánh pháp. Đãn thức tự bản tâm, kiến tự bản tánh, vô động vô tĩnh, vô sanh vô diệt, vô khứ vô lai, vô thị vô phi, vô trụ vô vãng. Khủng nhữ đẳng tâm mê, bất hội ngô ý. Kim tái chúc nhữ, linh nhữ kiến tánh. Ngô diệt độ hậu, y thử tu hành, như ngô tại nhật. Nhược vi ngô giáo, túng ngô tại thế, diệc vô hữu ích." Phục thuyết kệ viết:

兀兀不修善，
騰騰不造惡。
寂寂斷見聞，
蕩蕩心無著。

Ngột ngột bất tu thiện:
Đằng đằng bất tạo ác.
Tịch tịch đoạn kiến văn,
Đãng đãng tâm vô trước.

師說偈已，端坐至三更，忽謂門人曰。吾行矣。奄然遷化。於時，異香滿室，白虹屬地，林木變白，禽獸哀鳴。

Sư thuyết Kệ dĩ, đoan tọa chí tam canh, hốt vị môn nhân viết: "Ngô hành hỹ." Yêm nhiên thiên hóa. Ư thời, dị hương mãn thất, bạch hồng thuộc địa, lâm mộc biến bạch, cầm thú ai minh!

十一月，廣，韶，新三郡官僚洎門人僧俗爭迎真身，莫決所之。乃焚香禱曰，香煙指處，師所歸焉。時，香煙直貫曹溪。十一月，十三日，遷神龕併所傳衣缽而回。次年，七月，二十五日，出龕。弟子方辯以香泥上之。門人憶念取首之記。遂先以鐵葉漆布，固護師頸入塔。忽於塔內白光出現，直上衝天，三日始散。韶州奏聞，奉敕立碑，紀師道行。

Thập nhất nguyệt, Quảng, Thiều, Tân tam quận quan liêu ky môn nhân tăng tục tranh nghinh chân thân, mạc quyết sở chi. Nãi phần hương đảo viết: "Hương yên chỉ xứ, Sư sở quy yên." Thời hương yên trực quán Tào Khê. Thập nhất nguyệt,

PHÓ CHÚC

thập tam nhật, thiên thần khám tính sở truyền y bát nhi hồi. Thứ niên, thất nguyệt, nhị thập ngũ nhật, xuất khám. Đệ tử Phương Biện dĩ hương nê thượng chi. Môn nhân ức niệm "thủ thủ" chi ký, toại tiên dĩ thiết diệp tất bố, cố hộ Sư cảnh nhập tháp. Hốt ư tháp nội, bạch quang xuất hiện, trực thướng xung thiên, tam nhật thủy tán. Thiều Châu tấu văn, phụng sắc lập bi, kỷ Sư đạo hạnh.

師春秋七十有六。年二十四傳衣，三十九祝髮。說法利生三十七載。得旨嗣法者四十三人。悟道超凡者莫知其數。達磨所傳信衣，中宗賜磨衲寶缽，及方辯塑師真相，并道具等，主塔侍者施之，永鎮寶林道場。留傳壇經，以顯宗旨。此皆興隆三寶，普利群生者。

Sư xuân thu thất thập hữu lục. Niên nhị thập tứ truyền y, tam thập cửu chúc phát. Thuyết pháp lợi sanh tam thập thất tải. Đắc chỉ tự pháp giả tứ thập tam nhân. Ngộ đạo siêu phàm giả mạc tri kỳ số. Đạt-ma sở truyền tín y, Trung Tông tứ ma nạp, bảo bát, cập Phương Biện tố Sư chân tướng, tinh đạo cụ đẳng, chủ tháp thị giả thi chi, vĩnh trấn Bảo Lâm Đạo tràng. Lưu truyền Đàn Kinh, dĩ hiển tông chỉ. Thử giai hưng long Tam Bảo, phổ lợi quần sanh giả.

❖ VIỆT VĂN

PHẨM THỨ X

DẶN DÒ

Một ngày kia, Sư gọi tất cả môn đồ như các vị Pháp Hải, Chí Thành, Pháp Đạt, Thần Hội, Trí Thường, Trí Thông, Chí Triệt, Chí Đạo, Pháp Trân, Pháp Như v.v... mà dạy rằng:

"Các ngươi chẳng giống như người khác, sau khi ta diệt độ mỗi người đều làm thầy một phương. Vậy ta dạy các ngươi cách thuyết pháp chẳng mất bản tông.

"Trước hết nên đưa ra Pháp môn ba khoa, chỗ động chỗ dụng gồm ba mươi sáu pháp đối. Ra vào lìa cả hai bên, thuyết tất cả pháp chẳng lìa tự tánh. Như chợt có người đến hỏi pháp, nói ra lời nào đều nêu thành cặp, đều lấy pháp đối, chỗ đến chỗ đi làm nhân cho nhau. Cứu cánh thì hai pháp đều trừ hết, không có cả nơi đi nữa.

"Pháp môn ba khoa đó là: ấm, giới, nhập. Ấm là năm ấm: sắc, thọ, tưởng, hành, thức. Nhập là mười hai nhập, gồm có bên ngoài sáu trần: sắc, thanh, hương, vị, xúc, pháp; bên trong sáu cửa:[1] nhãn, nhĩ, tỷ, thiệt, thân, ý. Giới là mười tám giới, gồm sáu trần, sáu cửa và sáu thức. Tự tánh hàm chứa được muôn pháp, gọi là Hàm tàng thức. Nếu khởi sự suy lường, tức liền chuyển thức, sanh sáu thức, ra sáu cửa, thấy sáu trần, như vậy tất cả mười tám giới đều do tự tánh khởi dụng. Tự tánh nếu tà, khởi nên mười tám pháp tà; tự tánh nếu chánh, khởi nên mười tám pháp chánh. Nếu chỗ dụng ác,

---

[1] Thường vẫn gọi là sáu căn.

tức chỗ dụng của chúng sanh; nếu chỗ dụng thiện, tức là chỗ dụng của Phật.

"Chỗ dụng đó do nơi đâu? Do tự tánh mà có các pháp đối nơi ngoại cảnh. Vô tình có năm cặp đối: trời đối với đất, mặt trời đối với mặt trăng, sáng đối với tối, âm đối với dương, nước đối với lửa. Đó là năm cặp đối nhau.

"Pháp tướng và ngôn ngữ có mười hai cặp đối: lời nói đối với pháp, có đối với không, sắc đối với không sắc, tướng đối với không tướng, hữu lậu đối với vô lậu, sắc đối với không, động đối với tĩnh, trong đối với đục, phàm đối với thánh, tăng đối với tục, già đối với trẻ, lớn đối với nhỏ. Đó là mười hai cặp đối nhau.

"Tự tánh khởi dụng mười chín cặp đối nhau: dài đối với ngắn, tà đối với chánh, si đối với tuệ, ngu đối với trí, loạn đối với định, từ đối với độc, trì giới đối với sai quấy, chánh trực đối với tà vạy, thật đối với hư, hiểm đối với bình, phiền não đối với Bồ-đề, thường đối với vô thường, bi đối với hại, mừng đối với giận, bố thí đối với bủn xỉn, tới đối với lui, sanh đối với diệt, pháp thân đối với sắc thân, hóa thân đối với báo thân. Đó là mười chín cặp đối nhau.

"Ba mươi sáu pháp đối ấy, nếu hiểu cách dùng, tức nói được thông suốt hết thảy kinh pháp; ra vào lìa khỏi hai bên. Tự tánh động dụng, cùng người nói năng. Bên ngoài ở nơi tướng lìa khỏi tướng, bên trong ở nơi không lìa khỏi không. Nếu trọn vướng mắc vào tướng, tức là tăng thêm tà kiến. Nếu trọn chấp lấy không, tức là tăng thêm vô minh. Những người chấp không hủy báng kinh điển, liền nói thẳng là chẳng dùng văn tự. Nếu đã nói chẳng dùng văn tự, người ta lẽ ra chẳng cần đến ngôn ngữ. Chỉ lời nói ấy, cũng đã là tướng văn tự. Lại nói rằng, chỉ thẳng chẳng lập văn tự. Tức nhiên hai chữ "chẳng lập" cũng đã là văn tự rồi. Thấy người thuyết pháp liền chê bai, bảo là mắc vào văn tự. Các ngươi nên biết rằng, tự mình ngu mê còn nhẹ, lại đi hủy báng kinh Phật! Chẳng suy xét rằng hủy báng kinh điển thì tội chướng không nói hết!

"Nếu vướng mắc lấy tướng ở ngoài làm pháp cầu chân, hoặc rộng mở đạo tràng thuyết những lẽ có không lầm lạc, những người như vậy dẫu qua nhiều kiếp cũng chẳng thể thấy tánh. Chỉ nghe rồi y theo pháp mà tu hành, đừng nên cố dứt cho hết trăm mối nghĩ mà đối với đạo phải bị che chướng. Nếu nghe thuyết mà chẳng tu, khiến cho người ngược lại sanh ra tà niệm. Chỉ y như pháp mà tu hành, đó là bố thí pháp không trụ nơi tướng.

"Các ngươi nếu đã ngộ đạo, hãy y theo đó mà thuyết, y theo đó mà dùng, y theo đó mà hành, y theo đó mà làm, tức là chẳng mất bản tông. Nếu có người hỏi nghĩa, khi hỏi có thì dùng không mà đáp, hỏi không dùng có mà đáp; hỏi thánh dùng phàm mà đáp, hỏi phàm dùng thánh mà đáp. Hai bên làm nhân cho nhau, sanh ra nghĩa trung đạo. Cứ thế, một hỏi thì một đáp, dù có hỏi nhiều câu khác cũng cứ y theo cách ấy mà đáp, tức không thất lý. Giả như có người hỏi rằng: 'Thế nào gọi là tối?' Đáp rằng: 'Sáng là nhân, tối là duyên. Sáng hết thời tối.' Đem lẽ sáng làm rõ lẽ tối, đem lẽ tối làm rõ lẽ sáng. Qua lại làm nhân cho nhau, thành nghĩa trung đạo. Dù hỏi thêm nữa, cũng đều như thế mà đáp. Các ngươi về sau này truyền pháp, y theo cách ấy mà truyền trao dạy dỗ, đừng bỏ mất tông chỉ."

Tháng bảy năm Nhâm Tý,[1] Sư bảo môn đồ qua chùa Quốc Ân tại Tân Châu xây tháp,[2] hối thúc thợ làm nhanh, qua cuối mùa hạ năm sau làm lễ khánh thành.

---

[1] Tức là năm 712, năm đầu niên hiệu Thái Cực, đời vua Đường Duệ Tông. Cũng trong năm ấy lại đổi niên hiệu là Diên Hòa.

[2] Chuẩn bị cho sự viên tịch của Sư.

DẶN DÒ

Mùng một tháng bảy,[1] Sư nhóm đồ chúng, dạy rằng: "Đến tháng tám này, ta muốn lìa bỏ thế gian. Các ngươi có điều nghi nên hỏi sớm đi, ta phá nghi cho, khiến các ngươi hết mê. Sau khi ta đi rồi, không có người dạy bảo."

Pháp Hải cùng các môn đồ nghe lời này thảy đều sa nước mắt khóc. Duy chỉ có Thần Hội là thần sắc không thay đổi, chẳng khóc. Sư nói: "Tiểu sư Thần Hội đạt được chỗ thiện, bất thiện như nhau, chê khen chẳng động, buồn vui chẳng sanh; còn những người khác chẳng được gì cả. Vậy bao năm nay ở chùa, các ngươi tu pháp chi? Nay các ngươi bi lụy, ấy là vì ai mà lo? Nếu lo vì ta chẳng biết nơi đi, thì ta tự biết nơi đi. Nếu ta chẳng biết nơi đi, thì đã chẳng báo trước với các ngươi. Các ngươi bi lụy, thật là vì chẳng biết chỗ ta đi. Nếu biết chỗ ta đi, ắt chẳng nên bi lụy. Pháp tánh vốn không có sanh diệt, đến đi. Tất cả hãy ngồi lại đây nghe ta thuyết một bài kệ, gọi là Kệ Chân Giả Động Tĩnh. Tụng bài kệ này là với ta cùng một ý. Y theo đó mà tu hành, sẽ chẳng mất tông chỉ."

Chúng tăng làm lễ, thỉnh Sư nói kệ. Kệ rằng:

Hết thảy không có chân,[2]
Đừng xem đó là chân.
Nếu thấy lẽ chân thật,
Thấy tất cả không chân.

Nếu tự mình có chân,
Lìa giả, tức tâm chân.
Tự tâm chẳng lìa giả,
Không chân, chốn nào chân?

Có tình liền biết động,
Không tình liền chẳng động.
Nếu tu theo chẳng động,
Đồng vô tình chẳng động.

---

[1] Mồng một tháng bảy năm Quý Sửu (713).
[2] Chân ở đây là chân thật.

Nếu tìm thật chẳng động,
Nơi động có chẳng động.
Chẳng động là chẳng động,
Vô tình không mầm Phật.

Khéo phân biệt được tướng,
Nghĩa đệ nhất chẳng động.[1]
Chỉ nhìn theo cách ấy,
Tức là chân như dụng.

Khuyên những người học đạo:
Gắng sức nên dụng ý.
Đừng đến chỗ Đại thừa,
Chấp giữ trí sanh tử.

Nếu nghe qua tương ứng,
Liền cùng bàn nghĩa Phật.
Nếu thật chẳng tương ứng,
Chấp tay, tùy hoan hỷ.

Tông này vốn không tranh,
Tranh liền mất đạo ý.
Vướng mắc chỗ nghịch tranh,
Tự tánh vào sanh tử.

Khi ấy, đồ chúng nghe thuyết kệ rồi, tất cả đều làm lễ. Thể theo ý Sư, thảy đều thâu nhiếp tâm, y theo pháp mà tu hành, chẳng tranh luận nữa. Biết là Đại sư chẳng còn trụ lâu ở đời, Pháp Hải liền lên tòa, lạy hai lạy, hỏi rằng:

"Sau khi Hòa thượng nhập diệt, y pháp nên truyền cho người nào?"

Sư đáp: "Những điều ta thuyết giảng từ khi ở chùa Đại Phạm cho tới nay, hãy ghi chép lại mà cho lưu hành, để tựa là Kinh Pháp Bảo Đàn. Các ngươi hãy giữ gìn, truyền trao

---

[1] Hai câu này dẫn ý trong phẩm Phật quốc, kinh Duy-ma.

cho nhau, độ khắp quần sanh. Chỉ y theo đó, gọi là chánh pháp. Nay ta vì mọi người mà thuyết pháp, chứ chẳng truyền y. Vì lòng tin của các ngươi đã thuần thục, quyết định không còn nghi ngờ, có thể nhận nổi việc lớn. Lại theo ý Tổ Đạt-ma truyền kệ, thì y chẳng nên truyền. Kệ như thế này:

Ta vốn đến nơi này,
Truyền Pháp cứu người mê.
Một hoa nở năm cánh,[1]
Kết quả tự nhiên thành.

Sư lại dạy: "Các vị thiện tri thức! Hãy tịnh tâm nghe ta thuyết pháp: Nếu muốn thành tựu trí tuệ, phải đạt được Nhất tướng Tam-muội và Nhất hạnh Tam-muội.

"Như ở khắp mọi nơi mà chẳng trụ nơi tướng, ở trong tướng ấy chẳng sanh lòng yêu ghét, cũng không lấy bỏ, chẳng nghĩ những sự lợi ích, thành hoại, trong tâm an nhàn, điềm tĩnh, rỗng rang, đạm bạc; đó gọi là Nhất tướng Tam-muội.

"Nếu như ở khắp mọi nơi, trong khi đi đứng nằm ngồi, thuần một lòng ngay thẳng, chẳng động đạo tràng, thật thành tựu Tịnh độ, đó gọi là Nhất hạnh Tam-muội.

"Nếu người nào đủ hai loại Tam-muội ấy, như đất có sẵn mầm giống, hàm chứa, nuôi dưỡng cho lớn để thành thục kết quả. Nhất tướng Tam-muội, Nhất hạnh Tam-muội cũng giống như vậy. Nay ta thuyết pháp như mưa đúng mùa, thấm nhuần khắp mặt đất. Phật tánh của các ngươi như những hạt giống gặp mưa, thảy đều phát sanh. Theo lời chỉ bảo của ta, quyết sẽ được Bồ-đề; theo như hạnh của ta, nhất định chứng diệu quả. Hãy nghe bài kệ này:

Đất tâm sẵn giống lành,
Gặp mưa, nảy mầm sanh.

---

[1] Đạt Ma Sơ Tổ (một hoa) truyền pháp qua năm đời là năm vị Tổ (năm cánh), từ Nhị tổ cho đến Lục tổ.

Bừng ngộ tình hoa rồi,
Quả Bồ-đề tự thành."

Sư thuyết kệ rồi, lại nói: "Pháp chẳng phân hai, tâm cũng như vậy. Đạo vốn thanh tịnh, cũng không có các tướng. Các ngươi cẩn thận, chớ rơi vào chỗ quán tịnh hoặc cố làm trống không tâm mình. Tâm này vốn tịnh, không thể lấy, không thể bỏ. Mỗi người nên tự mình gắng sức, khéo tùy duyên mà đi đi."

Khi ấy, đồ chúng đều làm lễ và lui ra.

Ngày mùng tám tháng bảy, Đại sư thình lình bảo chúng môn đồ rằng: "Ta muốn về Tân Châu, các ngươi mau chuẩn bị thuyền."

Đại chúng buồn thảm, thiết tha cầm lại. Sư nói:

"Chư Phật ra đời còn thị hiện nhập Niết-bàn. Có đến tất có đi, cũng là lẽ đương nhiên. Hình hài này của ta ắt có chỗ về."

Đại chúng thưa hỏi: "Từ đây Sư đi, sớm muộn rồi có trở về chăng?"

Sư nói: "Lá rụng về cội."[1]

Ngày về không nói.

Chúng lại hỏi rằng: "Chánh pháp nhãn tạng[2] truyền cho ai?"

---

[1] Cũng như lá rụng về cội, Sư định trở về quê quán là xứ Tân Châu mà viên tịch.

[2] Chánh pháp nhãn tạng: chỗ bí yếu trong chánh pháp, như con mắt là chỗ quan yếu nhất của thân người.

Sư đáp: "Ai có đạo thì được, ai vô tâm thì thông hiểu."

Chúng lại hỏi: "Về sau không có nạn gì chăng?"

Sư đáp: "Sau khi ta tịch diệt chừng năm, sáu năm, sẽ có một người đến lấy đầu ta. Hãy nghe lời sấm này:

Đầu thờ cha mẹ,
Miệng cần miếng ăn.
Gặp nạn tên Mãn,
Dương, Liễu là quan.[1]

Sư lại nói: "Sau khi ta đi bảy mươi năm, có hai vị Bồ Tát từ phương Đông lại, một vị xuất gia, một vị tại gia, đồng thời chấn hưng, giáo hóa, gây dựng lại tông phái, xây dựng lại cảnh chùa, làm cho thạnh vượng đạo pháp."

Chúng lại hỏi: "Từ Phật tổ ứng hiện đến nay truyền trao đã mấy đời, xin chỉ bảo cho biết."

Sư đáp: "Phật xưa ứng thế nhiều vô số, không thể tính đếm, kể hết. Nay chỉ lấy bảy vị làm đầu. Đời quá khứ Trang nghiêm Kiếp có Phật Tỳ-bà-thi, Phật Thi-khí, Phật Tỳ-xá-phù. Về Hiền Kiếp này có Phật Câu-lưu-tôn, Phật Câu na-hàm Mâu-ni, Phật Ca-diếp và Phật Thích-ca. Đó là bảy vị Phật.

"Phật Thích-ca bắt đầu truyền cho Tôn giả Ma-ha Ca-diếp là Tổ thứ nhất.

"Tổ thứ hai là Tôn giả A-nan, Tổ thứ ba là Tôn giả Thương-na Hòa-tu, Tổ thứ tư là Tôn giả Ưu-ba-cúc-đa, Tổ thứ năm là Tôn giả Đề-đa-ca, Tổ thứ sáu là Tôn giả Di-già-ca, Tổ thứ bảy là Tôn giả Bà-tu-mật-đa, Tổ thứ tám là Tôn giả Phật-đà Nan-đề, Tổ thứ chín là Tôn giả Phục-đà Mật-đa, Tổ thứ

---

[1] Sau này ứng việc Trương Tịnh Mãn nhận tiền của Kim Đại Bi, đến lấy trộm đầu Lục Tổ, nhằm lúc Dương Khản làm Huyện lệnh, Liễu Vô Thiểm làm Thứ sử. Xem phụ lục: Chuyện kể của người giữ tháp.

mười là Tôn giả Hiếp,[1] Tổ thứ mười một là Tôn giả Phú-na Dạ-xa, Tổ thứ mười hai là Đại sĩ Mã Minh, Tổ thứ mười ba là Tôn giả Ca-tỳ Ma-la, Tổ thứ mười bốn là Đại sĩ Long-thọ, Tổ thứ mười lăm là Tôn giả Ca-na-đề-bà, Tổ thứ mười sáu là Tôn giả La-hầu-la-đa, Tổ thứ mười bảy là Tôn giả Tăng-già Nan-đề, Tổ thứ mười tám là Tôn giả Già-da Xá-đa, Tổ thứ mười chín là Tôn giả Cưu-ma-la-đa, Tổ thứ hai mươi là Tôn giả Xà-da-đa, Tổ thứ hai mươi mốt là Tôn giả Bà-tu Bàn-đầu, Tổ thứ hai mươi hai là Tôn giả Ma-nô-la, Tổ thứ hai mươi ba là Tôn giả Hạc-lặc-na, Tổ thứ hai mươi bốn là Tôn giả Sư Tử,[2] Tổ thứ hai mươi lăm là Tôn giả Bà-xá Tư-đa, Tổ thứ hai mươi sáu là Tôn giả Bất-như Mật-đa, Tổ thứ hai mươi bảy là Tôn giả Bát-nhã Đa-la, Tổ thứ hai mươi tám là Tôn giả Bồ-đề Đạt-ma,[3] Tổ thứ hai mươi chín là Đại sư Huệ Khả, Tổ thứ ba mươi là Đại sư Tăng Xán, Tổ thứ ba mươi mốt là Đại sư Đạo Tín, Tổ thứ ba mươi hai là Đại sư Hoằng Nhẫn. Huệ Năng này là Tổ thứ ba mươi ba.

"Các vị Tổ trên đây đều có sự truyền nối rõ ràng.[4] Các ngươi về sau, đời này lưu truyền đời kia, cũng đừng để cho lầm lạc."

Đại chúng nghe xong, tin nhận lời Tổ, làm lễ lui ra.

---

[1] Hiếp Tôn giả (脅尊者) cũng có tên là Bà-lật Thấp-bà (婆栗濕婆)

[2] Cũng có tên là Sư Tử Bồ-đề (師子菩提).

[3] Tổ Bồ-đề Đạt-ma sang Trung Hoa truyền bá Thiền tông đầu tiên nên là Sơ Tổ của Thiền Trung Hoa. Theo đó mà truyền thừa thì ngài Huệ Năng là Tổ thứ sáu. Điều đặc biệt là sau khi Đạt-ma sang Trung Hoa, không thấy ghi chép gì về sự truyền nối tiếp nữa ở Ấn Độ.

[4] Từ Sơ Tổ là Ca-diếp cho đến ngài Huệ Năng là Tổ thứ ba mươi ba, đều giữ lệ truyền y bát.

DẶN DÒ

Ngày mùng 3 tháng 8 năm Quí Sửu,[1] Đại sư dùng bữa ở chùa Quốc Ân xong rồi, bảo đồ chúng rằng: "Các ngươi theo thứ tự mà ngồi, ta từ biệt các ngươi."

Pháp Hải bạch rằng: "Hòa thượng lưu lại giáo pháp chi, khiến cho người mê đời sau thấy được Phật tánh?"

Sư nói: "Các ngươi hãy lắng nghe đây. Người mê đời sau nếu nhận biết chúng sanh, tức là Phật tánh. Nếu chẳng nhận biết chúng sanh, dù muôn kiếp tìm Phật cũng khó gặp. Nay ta dạy các ngươi nhận biết chúng sanh nơi tự tâm, thấy tánh Phật nơi tự tâm. Muốn cầu thấy Phật, chỉ cần nhận biết chúng sanh. Chỉ vì chúng sanh làm mê tánh Phật, chẳng phải tánh Phật làm mê chúng sanh. Tự tánh giác ngộ, chúng sanh là Phật; tự tánh ngu mê, Phật là chúng sanh. Tự tánh bình đẳng, chúng sanh là Phật; tự tánh tà hiểm, Phật là chúng sanh.

"Các ngươi nếu trong tâm hiểm sâu tà vạy, tức là Phật che lấp trong chúng sanh. Một niệm công bằng chánh trực, tức chúng sanh thành Phật. Trong tâm ta tự có Phật. Phật tự tâm mới thật là Phật.

"Nếu tự mình không có tâm Phật, thì cầu Phật ở đâu? Tự tâm của các ngươi là Phật, đừng hồ nghi nữa. Bên ngoài không một vật gì có thể kiến lập được, chỉ đều là tự bản tâm sanh ra muôn pháp. Cho nên kinh nói rằng: 'Tâm sanh, các pháp đều sanh; tâm diệt, các pháp đều diệt.'

"Nay ta lưu lại một bài kệ để từ biệt các ngươi, gọi là Kệ Tự tánh chân Phật. Người đời sau hiểu được ý kệ thì tự thấy bản tâm, tự thành Phật đạo."

---

[1] Tức là năm 713 niên hiệu Tiên Thiên thứ 2, Đường Huyền Tông.

Kệ rằng:

Chân như tự tánh là chân Phật,
Ba độc,[1] tà kiến[2] ấy vua ma.
Trong lúc tà mê, ma đến cửa,
Những khi chánh kiến, Phật trong nhà.

Trong tánh tà kiến, ba độc sanh,
Ấy là vua ma lại đến viếng.
Chánh kiến trong tâm trừ ba độc,
Ma hóa làm Phật, thật không giả.

Pháp thân, Báo thân và Hóa thân,
Ba thân xưa nay là một thân.
Quay nhìn trong tánh, tự thấy được,
Chính là nhân thành Phật Bồ-đề.

Vốn từ Hóa thân sanh tánh tịnh,
Tánh tịnh lại thường trong Hóa thân.
Do tánh, Hóa thân hành đạo chánh,
Ngày sau viên mãn thật vô cùng.

Tánh dâm vốn là nhân tánh tịnh,
Trừ dâm, tức làm sạch tánh thân.
Trong tánh đều tự bỏ năm dục,
Ngay khi thấy tánh, tức là chân.

Đời này nếu gặp pháp Đốn giáo,
Chợt ngộ tự tánh, thấy Như Lai.
Nếu muốn tu hành cầu làm Phật,
Chẳng biết nơi đâu cầu được chân.

Nếu tự trong tâm thấy được chân,
Chân ấy chính là nhân thành Phật.
Chẳng thấy tự tánh, ngoài tìm Phật,
Sanh tâm đều là hạng ngu đần.

---

[1] Ba độc : tham, sân, si.
[2] Tà kiến: những kiến giải sai lầm.

DẶN DÒ

Pháp môn Đốn giáo nay đã truyền,
Cứu độ người đời, nên tự tu.
Những người học đạo về sau này,
Không chỗ thấy ấy, thấy thênh thang.

Sư thuyết Kệ rồi, bảo rằng: "Các ngươi nên khéo giữ gìn. Sau khi ta diệt độ, chớ theo thường tình thế tục bi lụy khóc lóc, mặc đồ tang, bày chuyện điếu văn. Làm như vậy chẳng phải đệ tử ta, cũng chẳng hợp chánh pháp. Chỉ tự nhận biết bản tâm, tự thấy bản tánh, không động không tĩnh, không sanh không diệt, không qua không lại, không phải không quấy, không trụ không đi. Sợ rằng các ngươi tâm mê chẳng hiểu ý ta, nay dặn dò lại các ngươi lần nữa, khiến cho được thấy tánh. Sau khi ta diệt độ, y như vậy tu hành, như ta vẫn còn. Nếu trái lời dạy của ta, thì dầu ta còn tại thế cũng chẳng ích gì."

Lại thuyết kệ rằng:

Sừng sững chẳng tu lành,
Trơ trơ không tạo ác.
Lặng lặng dứt thấy nghe,
Làu làu tâm vô trước.

Sư thuyết kệ rồi, ngồi ngay ngắn cho tới canh ba, thình lình bảo môn nhân rằng: "Ta đi đây". Rồi an nhiên mà tịch.[1] Lúc đó, mùi hương lạ đầy nhà, cầu vồng màu trắng nối từ trời xuống đất, cây rừng biến ra màu trắng, chim muông kêu tiếng thảm thương.

Đến tháng mười một, quan lại và môn nhân, kẻ tăng, người tục ở ba quận Quảng Châu, Thiều Châu và Tân Châu đều tranh nhau rước chân thân, không giải quyết được. Mọi người bèn đốt hương khẩn rằng: "Khói hương bay hướng nào là Sư về nơi đó." Khẩn xong, khói hương bay về hướng Tào Khê.

---

[1] Qua đời, chỉ nghĩa là dời đi, giáo hóa phương khác.

Ngày mười ba tháng mười một, dời linh cửu và y bát của Tổ truyền lại, rước về Tào Khê. Ngày hai mươi lăm tháng bảy năm sau, mở áo quan ra. Đệ tử là Phương Biện dùng bột hương nhão phết lên cúng dường. Môn nhân nhớ lại lời sấm "lấy đầu", bèn dùng lá sắt, vải sơn bao quanh cổ Sư, rồi mới rước vào tháp. Thình lình, trong tháp có hào quang màu trắng hiện ra, xông thẳng lên trời, ba ngày sau mới tan. Quan Thiều Châu tâu việc ấy lên triều đình. Vua ban chiếu sai lập bia ghi đạo hạnh của Sư.

Sư thọ 76 tuổi,[1] năm 24 tuổi được truyền y, 39 tuổi xuống tóc. Thuyết pháp làm lợi cho chúng sanh 37 năm. Kẻ nắm được tông chỉ nối pháp Sư có 43 người, còn kẻ ngộ đạo siêu phàm thì chẳng biết bao nhiêu mà kể. Tấm y làm tin từ Tổ Đạt-ma truyền lại,[2] cà-sa ma-nạp với bình bát quý của vua Trung Tông dâng cúng, và tượng của Sư do Phương Biện đắp, cùng các đồ đạo cụ khác, đều giao cho vị thị giả chủ tháp trông coi, giữ hoài ở đạo tràng Bảo Lâm. Lại lưu truyền bộ Đàn Kinh này để nói rõ tông chỉ. Hết thảy mọi việc trong đời Sư đều là để làm cho hưng long Tam Bảo, lợi ích khắp quần sanh vậy.

---

[1] Ngài sanh năm Trinh Quán thứ 12 (638), viên tịch năm Tiên Thiên thứ 2 (713).

[2] Vì Tổ Đạt-ma được truyền thừa từ Tổ Ca-diếp xuống (đời thứ 28), nên tấm y này cũng chính là y do Đức Phật truyền lại.

Phụ lục: Chuyện kể của người giữ tháp

❖ **Hán văn**

師入塔後，至開元十年，壬戌，八月三日，夜半忽聞塔中如拽鐵索聲。眾僧驚起，見一孝子從塔中走出。尋見師頸有傷。具以賊事聞於州縣。縣令楊侃，刺史柳無忝得牒，切加擒捉。五日，於石角村，捕得賊人，送韶州鞠問。云，姓張，名淨滿，汝州，梁縣人。於洪州開元寺，受新羅僧金大悲錢二十千，令取六祖大師首，歸海東供養。

Sư nhập tháp hậu, chí Khai Nguyên thập niên, Nhâm Tuất, bát nguyệt, tam nhật, dạ bán hốt văn tháp trung như duệ thiết sách thinh. Chúng tăng kinh khởi, kiến nhất hiếu tử tùng tháp trung tẩu xuất. Tầm kiến sư cảnh hữu thương. Cụ dĩ tặc sự văn ư châu huyện. Huyện lịnh Dương Khản, Thứ sử Liễu Vô Thiểm đắc điệp, thiết gia cầm tróc. Ngũ nhật, ư Thạch Giác thôn, bộ đắc tặc nhân, tống Thiều Châu cúc vấn. Vân: "Tánh Trương, danh Tịnh Mãn, Nhữ Châu, Lương Huyện nhân. Ư Hồng Châu, Khai Nguyên tự, thọ Tân-la tăng Kim Đại Bi tiền nhị thập thiên, linh thủ Lục Tổ Đại Sư thủ, quy Hải Đông cúng dường."

柳守聞狀，未即加刑。乃躬至曹溪，問師上足令韜，曰。如何處斷。

Liễu thủ văn trạng, vị tức gia hình. Nãi cung chí Tào Khê, vấn Sư thượng túc Lịnh Thao viết: "Như hà xử đoán?"

韜曰。若以國法論，理須誅夷。但以佛教慈悲，冤親平等，況彼求欲供養，罪可恕矣。

Thao viết: "Nhược dĩ quốc pháp luận, lý tu tru di. Đãn dĩ Phật giáo từ bi, oán thân bình đẳng. Huống bỉ cầu dục cúng dường, tội khả thứ hỹ."

柳守加歎曰。始知佛門廣大。遂赦之。

Liễu Thú gia thán viết: "Thủy tri Phật môn quảng đại! Toại xá chi."

上元元年，肅宗遣使就請師衣鉢，歸內供養。至永泰元年，五月五日，代宗夢六祖大師請衣鉢。七日，敕刺史楊緘云。朕夢感能禪師，請傳衣袈裟，卻歸曹溪。今遣鎮國大將軍劉崇景，頂戴而送。朕謂之國寶，卿可於本寺如法安置，專令僧眾親承宗旨者，嚴加守護，勿令遺墜。

Thượng Nguyên nguyên niên, Túc Tông khiển sứ tựu thỉnh Sư y bát, quy nội cúng dường. Chí Vĩnh Thái nguyên niên, ngũ nguyệt, ngũ nhật, Đại Tông mộng Lục Tổ Đại Sư thỉnh y bát. Thất nhật, sắc Thứ sử Dương Giam vân: "Trẫm mộng cảm Năng Thiền sư, thỉnh truyền y, cà-sa, khước quy Tào Khê. Kim khiển Trấn Quốc Đại tướng quân Lưu Sùng Cảnh, đỉnh đái nhi tống. Trẫm vị chi quốc bảo, khanh khả ư bản tự như pháp an trí, chuyên linh tăng chúng thân thừa tông chỉ giả, nghiêm gia thủ hộ, vật linh di trụy".

後或為人偷竊，皆不遠而獲。如是者數四。

Hậu hoặc vi nhân thâu thiết, giai bất viễn nhi hoạch. Như thị giả số tứ.

憲宗諡大鑒禪師。塔曰元和靈照。其餘事蹟，

PHỤ LỤC: CHUYỆN KỂ CỦA NGƯỜI GIỮ THÁP

係載唐尚書王維，刺史柳宗元，刺史劉禹錫等碑。

Hiến Tông thụy Đại Giám Thiền sư, Tháp viết: Nguyên Hòa Linh Chiếu. Kỳ dư sự tích, hệ tái Đường Thượng thư Vương Duy, Thứ sử Liễu Tông Nguyên, Thứ sử Lưu Vũ Tích đẳng bi.

守塔沙門令韜錄

Thủ tháp Sa-môn Lịnh Thao lục

❖ Dịch nghĩa

Sau khi Sư nhập tháp, tới năm Khai Nguyên thứ 10,[1] nhằm nửa đêm ngày mùng ba tháng tám, thình lình nghe trong tháp như có tiếng kéo dây sắt. Chúng tăng giật mình thức dậy, ngó thấy một người mặc đồ tang[2] từ trong tháp chạy ra. Tìm xem thấy có vết thương nơi cổ Sư. Liền đem chuyện kẻ trộm trình lên châu, huyện. Quan Huyện lệnh là Dương Khản, quan Thứ sử là Liễu Vô Thiểm nhận được tin, sai quân đi tầm nã rất khẩn. Sau năm ngày bắt được tội phạm tại thôn Thạch Giác, giải về Thiều Châu tra hỏi, khai rằng: "Họ Trương, tên Tịnh Mãn, người huyện Lương thuộc Nhữ Châu. Tại chùa Khai Nguyên nơi Hồng Châu có nhận hai chục ngàn quan tiền của một vị tăng xứ Tân La[3] là Kim Đại Bi để lấy đầu của Đại sư Lục Tổ, đưa cho vị ấy đem về xứ Hải Đông cúng dường."

Quan Thú họ Liễu nghe lời khai, chưa vội gia hình. Bèn đích thân đến Tào Khê, hỏi môn đồ bậc cao của Sư là Lịnh

---

[1] Tức là năm Nhâm Tuất (722), đời vua Đường Huyền Tông.
[2] Đồ trắng, như người chịu tang.
[3] Xứ Tân La thuộc về Hàn Quốc (cũng gọi Triều Tiên, Cao Ly)

Thao rằng: "Việc này xử đoán thế nào?"

Thao đáp: "Nếu luận theo phép nước, thời lẽ nên giết. Nhưng lấy nghĩa từ bi của Phật giáo, thì xem oán thù với thân thích như nhau. Huống chi kẻ kia muốn cầu để cúng dường, nên thứ tội đi."

Quan Thú họ Liễu khen rằng: "Mới hay cửa Phật quảng đại!" Liền tha tội.

Năm đầu niên hiệu Thượng Nguyên,[1] vua Túc Tông sai sứ tới thỉnh y bát của Sư đem về nội cung cúng dường. Qua năm đầu niên hiệu Vĩnh Thái,[2] ngày mồng năm tháng năm, vua Đại Tông nằm mộng thấy Đại sư Lục Tổ đến thỉnh y bát. Ngày mùng bảy, vua giáng sắc cho viên Thứ sử Dương Giam rằng: "Trẫm mộng thấy Năng Thiền sư xin đem truyền y, cà-sa trở về Tào Khê. Nay sai Trấn quốc Đại tướng quân Lưu Sùng Cảnh đội đầu mà đưa đến. Trẫm xem là đồ quốc bảo. Nhà ngươi nên theo như phép tắc, đặt yên tại chùa ấy, chuyên khiến cho tăng chúng thân thừa tông chỉ, thủ hộ nghiêm nhặt, đừng để mất đi."

Về sau, cũng có khi bị người lấy trộm, đều tìm kiếm chẳng xa mà bắt lại được. Như vậy có đến ba bốn lần.

Vua Hiến Tông[3] ban thụy hiệu là Thiền sư Đại Giám, đề tên tháp là Nguyên Hòa Linh Chiếu. Còn những sự tích khác, hiện chép tại các bài văn bia của quan Thượng thư Vương Duy, quan Thứ sử Liễu Tông Nguyên, quan Thứ sử Lưu Vũ Tích đời nhà Đường.

Kẻ giữ tháp là Sa-môn Lịnh Thao ghi lại.

---

[1] Là năm 756.

[2] Là năm 763.

[3] Trị vì từ năm 806 đến năm 820.

www.ingramcontent.com/pod-product-compliance
Ingram Content Group UK Ltd.
Pitfield, Milton Keynes, MK11 3LW, UK
UKHW022228230426
12048UKWH00016BA/1135